ஒளியின் முகம்

Face of Light

ஒளியின் முகம்
FACE OF LIGHT

தமிழ் & ஆங்கிலம்
இருமொழியில்

Tamil&English

குட்டி ரேவதி
KUTTI REVATHI

மொழி பெயர்ப்பாளர்கள்: லட்சுமி ஹோம்ஸ்ட்ராம், எத்திராஜ் அகிலன், விவேக் நாராயணன்
Translators: Lakshmi Holmström, Ethiraj Akilan, Vivek Narayanan

எழுத்து பிரசுரம்

Title : Oliyin Mugam
Author's Name : Kutti Revathi(Revathy Suyambulingam)

Translators: Lakshmi Holmström, Ethiraj Akilan, Vivek Narayanan
Published by Ezutthu Prachuram

Ezutthu Prachuram
Zero Degree Publishing
No. 55(7), R Block, 6th Avenue,
Anna Nagar,
Chennai - 600 040

Website: www.zerodegreepublishing.com
E Mail id: zerodegreepublishing@gmail.com
Phone : 98400 65000

Ezutthu Prachuram First Edition: January 2025

ISBN : 978-93-48439-98-7

TITLE NO EP : 558

Rs. 130/-

Layout: Vidhya Velayudham
Cover Design: Vijayan
Cover Photo: R. R. Srinivasan
Printed at Rathna Offset, Chennai

ரிஷிகாவிற்கு...

ஆசிரியர் குறிப்பு

“குட்டி ரேவதி” என்ற புனைபெயர் கொண்ட ரேவதி சுயம்புலிங்கம், பாளையங்கோட்டை அரசினர் சித்த மருத்துவக்கல்லூரியில் சித்த மருத்துவம் பட்டப்படிப்பு வென்றவர். கடந்த 25 ஆண்டுகளுக்கும் மேலாக, நவீனத் தமிழ்க்கவிதை வெளியில் தீவிரமாகவும் இடையறாதும் இயங்கிக்கொண்டிருக்கிறார். இவர் தன் கவிதையில் முன் வைக்கும் “உடல் அரசியல்”, உலகப் பொதுவானதால் பல உலக மொழிகளில் மொழியாக்கம் பெற்றுள்ளது. இந்திய மண்ணின் நவீனப் பெண்ணியச் சிந்தனையை முன்வைப்பதால், இந்திய மொழிகள் பலவற்றிற்கு மொழியாக்கம் பெற்றிருக்கிறது. தன் உடல் அரசியல் - பெண்ணியம் - மெய்யியல் சிந்தனையை முதன்மைப்படுத்தும் “பனிக்குடம்”, இதழின் ஆசிரியராக இருந்து செயல்படுத்தினார். இந்தியாவின் முழுமுதல் பெண்ணிய இலக்கிய இதழ் அது என்பது குறிப்பிடத்தக்கது.

UK Southbank Centre நிறுவனம் தேர்ந்தெடுத்த சென்ற நூற்றாண்டின் சிறந்த ஐம்பது காதல் கவிதைகளில் இவர் எழுதிய “முலைகள்”, கவிதையும் ஒன்று. பரந்த அளவில் சர்ச்சைக்குள்ளான, “முலைகள்’, கவிதைத் தொகுப்பு முதலாக இது வரை இருபது கவிதை நூல்கள், ஆறு சிறுகதை நூல்கள், ஒரு நாவல், பெண்ணியம் மற்றும் கவிதை மீளாய்வு உள்ளிட்ட கருத்தங்களில் பல கட்டுரை நூல்கள்

ஆகியவற்றை வெளியிட்டிருக்கிறார். “முள்ளிவாய்க்காலுக்குப் பின்”, (ஈழத்திலிருந்து புலம்பெயர்ந்த கவிஞர்களின் ஈழ இனப்படுகொலை”, பற்றிய நினைவுக்கவிதைகள் - 2011) என்ற தொகுப்பை வெளியிட்டிருக்கிறார். ஆபிரகாம் பண்டிதரின் கருணாமிர்தசாகரம் என்று நெடிய ஆவணப்படத்தை இசையமைப்பாளர் ஏஆர்ரஹ்மான் அறக்கட்டளைக்காக இயக்கியிருக்கிறார். First Copy Productions மாலா மணியன் தயாரிப்பில் “சிறகு”, என்ற முழுநீளத் திரைப்படத்தை இயக்கியிருக்கிறார். இருளர் வாழ்வியல் பற்றி இவர் இயக்கிய “கோடை இருள்”, திரைப்படம் உலக அளவில் கவனம் பெற்று வருகிறது.

பெண்ணுடல் அரசியல், சாதிய மறுப்பு, தமிழ்ச்சித்தர்களின் அற வாழ்வியல், பௌத்தம், இனவரைவியல் திரைமொழி ஆகியவை இவரது மையச் செயல்பாட்டு வெளிகளாகும்.

“ஒளியின் முகம்”, என்ற இந்த நூல், லட்சுமி ஹோம்ஸ்ட்ராம், எத்திராஜ் அகிலன், விவேக் நாராயணன் ஆகிய மொழிபெயர்ப்பாளர்கள் குட்டி ரேவதியின் வெவ்வேறு எழுத்துக்காலகட்டத்தில் அவரின் உடல்மொழி இலக்கிய மொழி குன்றாது மொழிபெயர்த்த கவிதைகளின் தொகுப்பு. தமிழ் & ஆங்கிலம் இரு மொழியிலும் பயணிக்கும் புதிய அனுபவத்தைத் தரும்படியாக இந்த நூல் வெளியிடப்படுகிறது. மொழிச்சுவை, கவிச்சுவை போற்றும் படியான ஈடுபாட்டை, உழைப்பை இம்மொழிபெயர்ப்பாளர்கள் தந்துள்ளனர் என்பதற்கு இத்தொகுப்பு ஓர் உயரிய சான்று.

A Note on the Author

Kutti Revathi, the penname of Revathi Suyambulingam, is a distinguished Siddha practitioner and a prolific contributor to modern Tamil poetry. A graduate of the Government Siddha Medical College Hospital in Palayamkottai, Tamil Nadu, Revathi has actively shaped the landscape of Tamil poetry for the past twenty-five years.

The universal theme of 'Body Politics' in her poems resonates globally, leading to translations of her work into several world languages. Her poetry reflects modern feminist thought within the Indian ethos, earning translations into many Indian languages. She also edited "Panikkudam" (Amniotic Sac), the first feminist magazine in Indian vernacular dedicated to feminist body politics and philosophy.

Her poem "Mulaigal" (Breasts) was recognized among the best fifty love poems of the 20th century by the UK Southbank Centre. Since her controversial debut anthology "Mulaigal," Revathi has published twenty poetry books, six short story collections, a novel, and an anthology of essays on feminism, poetics, and other subjects.

Revathi edited "Mullivaaikaalukkup Pin" (After Mullivaaikkaal), an anthology of poems by Eelam Tamil poets in exile, commemorating the genocide of Eelam Tamils in Sri Lanka. She directed the documentary "AbrahamPandithar's Karunamirthasagaram" for Oscar awardee, music director, A.R. Rahman's foundation and the full-length feature film "Siragu" (Wing) for Mala Manyan's First Copy Productions. Her film "Kodai Irul" (Summer Darkness), which portrays the ethnography of the suppressed Irula tribe in Tamil Nadu, has gained international recognition.

Revathi's work spans diverse domains such as the politics of the female body, caste negation, Tamil Siddha ethics, Buddhism, ethnography, and film language. Her anthology "Oliyin Mugam" (Face of Light) features poems from various phases of her career. Translated by Lakshmi Holmstrom, a critic and translator of eminence, Vivek Narayanan, a poet of repute and erstwhile co-editor of the popular Indian Literary Journal, Almost Island, and Ethiraj Akilan, a freelancer, these translations capture Revathi's literary flair and the unique language of the female body and psyche. This bilingual anthology allows readers to experience the richness of two languages simultaneously.

1. பூனையைப் போல அலையும் வெளிச்சம்

கதவுகளை ஓசைப்படாது திறந்து
மழைபெய்கிறதாவென
கைநீட்டிப்பார்க்கிறது வெளிச்சம்
தயங்கியபடி

பின் இல்லையென்றதும்
மரவெளியெங்கும் நிழற்கடை விரித்து
கூடார முகப்பில் ஏறி அமர்கிறது
வேடிக்கை பார்க்க

பூமியெங்கும் பூனை உடலின் நிற அழகுகள்

தனது நிழலே தன்னை
தின்னத் துவங்கியதும்
சரசரவென மரமிறங்கிப்பாய்கிறது
மாடத்துச் சுடருக்கு

மதில் சுவரென விடைத்து நிற்கும்
இரவு முதுகின் மீதமர்ந்து
கூடலில் பேரொளியை சுவீகரிக்கும்
நிலவின் அகன்ற விழியால்

Light is a prowling cat

Translated by Lakshmi Holmström

Opening the door noiselessly,
Light puts out a hand
– hesitantly –
wondering if it's still raining.

Seeing that the rain has gone
it spreads out its shadow-shop
upon the clustering trees,
then climbs up the tent-face
to sit and watch the world.

Scattered upon the earth, the beauty of cat-colours.

When its shadow starts to eat itself
Light slithers down the tree and springs
right up to the lamp in its niche.

Now Light perches on Night's back
which stands erect as a compound wall
and takes for its own
the great shining light of lovers' union
through the moon's wide eyes.

2. முலைகள்

முலைகள்
சதுப்பு நிலக் குமிழிகள்

பருவத்தின் வரப்புகளில்
மெல்ல அவை பொங்கி மலர்வதை
அதிசயித்துக் காத்தேன்

எவரோடும் ஏதும் பேசாமல்
என்னோடே எப்போதும்
பாடுகின்றன
விம்மலை
காதலை
போதையை...

மாறிடும் பருவங்களின்
நாற்றங்கால்களில்
கிளர்ச்சியூட்ட அவை மறந்ததில்லை

தவத்தில்
திமிறிய பாவனையையும்
காமச்சுண்டுதலில்
இசையின் ஓர்மையையும் கொண்டெழுகின்றன

ஆலிங்கனப் பிழிதலில் அன்பையும்
சிசு கண்ட அதிர்வில்
குருதியின் பாலையும்
சாறெடுக்கின்றன

ஒரு நிறைவேறாத காதலில்
துடைத்தகற்ற முடியாத
இரு கண்ணீர்த் துளிகளாய்த் தேங்கித்
தளும்புகின்றன.

Breasts

Translated by Lakshmi Holmström

Breasts
are bubbles, rising from marshlands.

As they gently swelled and blossomed
at due season, at Time's edge,
I watched over them in amazement.

Never speaking to anyone else
they are with me always
singing
of quiet sorrow
of love
of ecstasy.

They have never forgotten
to enthuse the seed-beds
of all my changing seasons.

At times of penance
they struggle and strain;
and at the thrust and pull of lust
like the proud ascent of music
they stand erect.

From the press of an embrace
they distil love; from the shock
of childbirth
milk, flowing from blood.

Like two teardrops,
which cannot be wiped away
when love is thwarted,
they fill, and they overflow.

3. மழையின் நதி

நான் மழையின் நதி
நீ நதியின் ஈர்ப்பு
உள்ளிழுத்துப் புணரும் வேகம்
செம்புலப்பெயல் நீர்
உடலுக்குள் மீன்களின் பாய்ச்சல்
கொடிப்பாசிகளின் தழுவல்
புரண்டணைக்கும் மூர்க்கத்தில்
சுழன்றோடிப்
பாறைகளின் படுக்கையில்
மூர்ச்சையடையச் செய்கிறாய்
உனது மடி
நான் சுழன்றாடும்
சங்கப்பலகை
உனது கைகளின் மென்மையான சருமம்
கழுத்தின் பின்புறம்
கண்களை வருடும்
எதிர்வந்து நீ அழைக்கும்போது
என் கால்களைப் புல் அறுக்கும்

நீ காலத்தின் வேகம்
நான் பருவத்தின் மலர்ச்சி

Rain-river

Translated by Lakshmi Holmström

I am the rain's fall;
you are the pull of the river.

The force of our love's union
is like red earth and pouring rain[1]* –
the leaping of fish into the body –
the entwining of water-weeds.

The fierceness of your embrace
whirls mc about
tosses me against the rock-beds
makes me lose my breath.

Your lap is my wheeling miracle-seat;
the prize conferred by the ancients.
The soft skin of your hands
strokes my eyes, reaching
around my neck.

When you come towards me, beckoning,
the grass tears my feet.

You are the hastening of time;
I am the blossoming season.

1The trope of red earth and pouring rain is an intertextual reference to a poem from Kuruntogai (c. 2nd century AD), 'Yaayum yaaum yaaraagi-yaro', best known to non-Tamil readers in A.K. Ramanujan's translation.

4. அதிகாலை

நாங்கள் காதலைப் பகிர்ந்திட
அதிகாலையைத் தான் தேர்ந்தெடுத்தோம்
அதிகாலையில் தான் நாங்கள்
கடற்கரையில் நடந்தோம்
எமது ஆடைகள் நழுவி இறங்கி
ஈரச்சுவடுகளாய் வீழ்ந்தன
அவ்வாறான அதிகாலையில் தான்
சூரியனுக்கு முன்பான தண்ணொளியில்
நீரெங்கும் துழாவினோம்
தொலைந்து போன ஞாபகங்களின் பாசறை தேடி
அதிகாலையில் தான்
ஒழுங்கு குலையாத
வயல்வெளியாய்த் தளர்ந்து கிடக்கிறது உடல்
அதிகாலையில் தான்
நீர்ப்பிராணிகள் நிலமேகுகின்றன
பறவைகளும் புணர்கின்றன
உடலின் வறட்சியினை ஓர் அழகான கத்தியாக்கிச்
சிறைசென்ற பெண்ணை எனக்குத் தெரியும்
அவள் அதிகாலைகளை அதிகமும் வெறுத்தாள்.

Dawn

Translated by Lakshmi Holmström

We chose to share our love
when it was earliest dawn,
and it was at dawn
that we walked along the sea-shore.
Our clothes slipped from us
and fell, like wet foot-prints.
It was at such a dawn
in the cool light before sunrise
we groped through the wide waters
searching for long-forgotten memories
gathered there. It is at dawn
that the body is most at ease –
like a field outstretched, undisturbed.
It is at dawn that water-creatures
come ashore, and birds make love.

I know a woman who made
of the body's aridity, a beautiful knife –
and went to prison.
She hated the dawn.

5. தீவை மறிக்கும் கடல்

கால்களை மறிக்கும் அலைகளே
கடலென்று எண்ணியோர்
தீபகற்பத்திலேயே தங்கிக்கொண்டனர்

அலை தீவினை மறைக்கும் இங்கே
கண்ணீர் உப்பு
கவிதை உப்பு கலவியும் உப்பு
சுடும் சூரியனின் விரல் உப்பு காதல் உப்பு
மூலிகையின் வேர் உப்பு
உடலின் வாதை உப்பு
இங்கே கண்ணீரும் உப்பு

தொலைவிலிருந்தும்
பகைவனைப் போல் நெஞ்சில் புளித்தேப்பம்
நண்பனின் நோயைப் போல் பதைபதைப்பு
மூச்சடக்கிக் கடல் கடந்து
தீவைச் சேர்வார் எவருமில்லை

தீவு தெப்பமாய்
தெப்பமும் தீச்சட்டியாய்
பின் எரியும் இலங்கையாய்

The sea-fettered island

Translated by Lakshmi Holmström

Those who believed that the waves
lapping at their feet were themselves the sea
stayed safe, within their peninsula.

There, where the waves hide the island
tears are salt,
poetry is salt, sex is salt,
the sun's burning finger is salt, love is salt,
the roots of medicinal herbs are salt,
bodily pain is salt.
There, tears are indeed salt.

Even at this distance
a sourness belches from the heart
like an enemy;
a fear is felt, as when a friend is ill.
Yet no one will hold their breath
and cross the sea to the island.

The island is a raft,
the raft a pot of fire,
Sri Lanka, burning.

6. தற்கொலை வீராங்கனை

அங்கையற்செல்வி
உன் அந்தரங்க உடையைக் களைந்து
பூட்டிவைக்கப்போகிறாய் உடலை
நிர்வாணம் உடையாகி இருந்ததை
சரிசெய்து கொண்டது கண்ணாடி
சீருடை அணியும் வேடம் தொடங்கியது
ஆயுதங்களும் தற்கொலை அங்கியும்
அங்கங்களாகி இயங்கின
இன்னும் பதினைந்து நிமிடங்களே
ஊர்ந்திடும் வாழ்க்கையின் பல்லாக்கு
தலைவனின் ஆணை
அவனிரு கரங்களுக்கிடையே வலையிழையாகி
உன்னிதயத்தை ஊசல் குண்டாக்கியது
திருமண அரங்கம் பிரவேசித்தாய்
தரிக்காது இடம் மாறிக்கொண்டேயிருந்தனர்
எல்லோரும்
அவரவர் வாழ்வின் வரைபடத்துக்குள்
கடைசிக் கால் நிமிடத்தின் மீதேறி நின்றாய்
மூச்சடக்கி அலறினாய் நீயே உணரும் முன்
அதிர்ச்சியின் வெடி எல்லோர் கண்களிலும்
உன் நீலமுகம் புகைப்படமான நொடி
உடல் முழங்கி வெடித்தாய் செல்வி
செய்தியானது முப்பது பலி என்று

Suicide-Solider

Translated by Lakshmi Holmström

Carp-eyed Selvi,
you are about to cast aside your own clothes
and lock them away, as if they are your body.
The mirror sets to right your nakedness
which you wear as your dress. You proceed
to assemble your uniform; your weapons
and suicide belt become your body now.

Only fifteen minutes left
on life's crawling palanquin.
The leaders command
made your heart a bomb
caught, swinging, in the web
held between his two hands.
You enter the wedding hall.
They are all changing places,
restless.
Into the last quarter-minute in the map
of each person's life there, you step.
Holding your breath, you scream.
Before you yourself are aware, the shock
of that blast photographs your blue face
for a blinding minute. Then, roaring,
your body bursts apart, Selvi.
Thirty people were sacrificed,
it was reported.

7. காந்தாரி

ஒளியைத் தின்று பருக்கிறது
காந்தாரி வளர்க்கும் இருள்

தடவியறியும் பழைய பொருட்களின் ஞாபகங்கள்
அவள் மார்பில் ரகசியமாய்ச் சீறியடிக்கின்றன
அவற்றின் கிளர்ச்சி தாளாமல்
கண்கட்டையவிழ்த்து ஒரு முத்தம்
ஒளியை வணங்குதல் போலே

கணவன் அவ்வப்பொழுது வினவுகிறான்
தொலைவில் நீ என்ன செய்துகொண்டிருக்கிறாய்

உறங்கமாட்டாமல் தவிக்கின்றன
அவள் அறிந்த புல்வெளிகளும்
தாமரைக் குளங்களும் நதியின் பயணங்களும்

உறக்கங்களின் பொழுதில் எழுந்து
கனவுகளின் அழுத்தத்தை
முடிச்சுகளை இளக்கி வெளியேற்றுகிறாள்

தனது அரண்மனைத் தோட்டத்து மழை
விரகத்தில் புரள்கிறது என்பாள்

முந்தானையில் எல்லையில் தொங்கும்
அலங்காரக் குஞ்சம் கணவன் என நினைப்பாள்

இருளின் சதையைக் குறுவாளால் அரிந்து
பெருகும் குருதியே சூரியனின் இரத்தம்
ஒரே கனவு அடிக்கடி

ஒரு நாள் கண்கட்டை அவிழ்த்துவிட்டு
கடவுளுடன் பேசிக்கொண்டிருக்கிறேன் என்றாள்

Gandhari

Translated by Lakshmi Holmström

The darkness that Gandhari rears
fattens on the light it eats.

Memories of her belongings, recognized by touch,
hiss and strike at her heart, secretly.
Unable to endure their protests, she removes
her blindfold, and kisses them once
as if she were receiving the light.

Her husband asks her, at times, 'What
are you doing by yourself, out there?'

The grasslands she once knew, lotus ponds,
river cruises,
are all restless, unable to sleep.

Sometimes she wakes up and loosens
the knots of dreams pressing down on her
and sets them free.

She says,
'The rain falls forlornly on the palace gardens.'

She mistakes the decorative tassel falling
from the edge of her sari, for her husband.

One recurrent dream: A dagger slicing through
the flesh of darkness; the sun's blood
spurting and falling.

One day she removes her blindfold and says:
I am talking to God.

8. விதையுறக்கம்

ஆகவே விளிம்பு நிலையைப் பற்றிக்கொண்டு
தொங்குகிறேன்
இனி ஒரு பொழுதும் உனைத் தேடாதிருப்பேனாக
நீர்நிலையைத் தேடும் பறவையைப் போல்
இரவில் உச்சத்தின் கனவு
கல்லெறிந்ததால் உண்டான
வட்டங்களாய் விரிகிறது
அதன் ஒளிபரப்பில்
உன் புன்னகையால்
எனைத் தேற்றுகிறாய்
தேற்றுகிறாய்

சிறார்கள் தமது உறுப்புகளை
மறைவுகளில் கண்டறிவது போல் தான்
நான் உனைக் கண்டறிந்தேன்
விதைக்கவோ வளர்க்கவோ யாருமேயிலாது
பாழ்நிலமாய் உலர்ந்து வெடிக்கிறது உடல்
எச்சத்தில் ஊறிய விதையைப்
பறவைகள் வெளிக்கிட்டுப் பறக்கின்றன
ஒரு மழையின் ஸ்பரிசத்தால் குளிராதவரை
வெடிப்பில் வீழ்ந்த விதை
உறக்கம் தழுவிக்கொண்டிருக்கும்

இனி ஒரு பொழுதும் உனைத் தேடாதிருப்பேனாக

Sleeping seed

Translated by Lakshmi Holmström

And so, I hang down, clinging fast
to my position here, at this edge.

Hereafter
let me never stop searching for you…
like a bird seeking after a stretch of water.
A midnight dream ripples out – a stone thrown in water –
into ever widening circles.
In its transmission, I see your smile
consoling me, consoling me.

I came to recognize you
as children recognize their own body parts.
My body, lacking anyone to seed and nourish it
dries out, cracks open into fissures.
Birds, as they fly past, let fall seeds
deep buried in their droppings.
A single seed fallen into a crevice
waits, fast asleep,
for the rain's cool touch.

Hereafter, I shall never stop searching for you.

9. என் காதல்

நீருக்குள் மேகத்திரள் போல்
மிதக்கட்டும்
நீரைக்கிழிக்க முடியாது
நீரோட்டங்களூடே கிளைக்கும்
மரங்கள் போல் தழைக்கட்டும்
நில்லாது ஓடிக்கொண்டேயிருக்கட்டும்
அதன் ஓட்டம்
மதர்த்த குதிரைகளையும்
தனக்குள் அடக்கிக்கொள்ளட்டும்
சிலுவைகளைப் போல்
விண்செருகட்டும்
அதன் கண்

My love

Translated by Lakshmi Holmström

Within water, let it float
like a cloud-mass;
you cannot tear water.
Let it flourish like a tree
branching along the river's currents.
Let it flow forever, let it never stay still.
Let it hold within its flow
proud horses galloping.
Let its eye, like a tall cross,
pierce into the sky.

10. கற்தேவதைகள்

கல்லின் தோலுரித்து
உயிர்க்கும் சிற்பம்
வெளிச்சத்துக்கு வெட்கித்து
நிழல் திரையினூடாக
அசையும் இருளுரு

காலோடு அறைந்த
கால ஆணி
வெயிலையும் மழையையும்
சபித்திருக்கிறது
வௌவால்களின் எச்சவீச்சமும்
தனிமையின் வராந்தரமும்
கூட

கடவுளின் அருள் வழிந்த
சிற்பங்கள்
தேவதைகளாகி உலவக்கூடும்
மனிதப்பார்வை மேயாத
பாழ்வெளி மண்டபங்களிலும்
உயர்ந்த கோபுர விதானங்களிலும்

ஏனோ
மனிதவாசனை கேட்டால் மட்டும்
ஜடமாகி இளைக்கின்றன

Stone goddesses

Translated by Lakshmi Holmström

The sculpture, peeling away its skin
of stone, and coming to life,
too shy of the light,
becomes a dark shape
lurking within its curtain of shadows.

Time's nail
hammered to its feet
has cursed the rain and the wind
also
the flung droppings of bats
and the desolate spaces of solitude.

It is possible that
sculptures overflowing with God's grace
walk about as goddesses
where man's gaze is unknown,
in ruined halls, perhaps,
or in the recesses of tall temple towers

But, for some reason, at the merest hint of man's scent
they decline into lifeless corpses.

11. இந்தக் கோடைகாலத்தை உனக்காகவே அழைத்துவந்தேன்

உனது மார்பின் புல்வெளி வறண்டுவிட்டது
இப்பொழுதெல்லாம் நீ கடிதம் எழுதுவதில்லை
பதப்படுத்தப்பட்ட உனது கடிதங்களில்
கண்ணீர் கொந்தளிக்கிறது
நிறைய கைகளால் போர்த்திக்கொள்ளலாம் போல
உடல் மிகவும் குழைவாய் இருக்கிறது

மூச்சு திணறும் கடிதங்களைச்
சுமந்து செல்லும் தபால்காரனையும்
தனது பால்ய ரகசியங்களை
மறந்த அந்தப் பெண்ணையும் தவிர
வேறெவரும் இல்லை வெயிலின் வீதியில்
நீரோட்டங்களையெல்லாம்
ஒரே மிடறில் பருகிவிடும்
வெயிலின் விநோதமான பறவை
சப்தமின்றி வந்தமரப்
பாறைகளும் விழித்துக்கொள்கின்றன
ஒவ்வொரு நாளும்
இரத்தத்தில் தோய்ந்து எழும்
சூரியனின் கீழ்
குழந்தைகள் விளையாட மறுக்கின்றன
ஆள் இல்லாத வீட்டில்
நீண்ட நேரமாய்த்
தொலைபேசி அழைத்துக்கொண்டிருக்கிறது
புகையில் மிதக்கின்றன பெண்களின் கண்கள்
மரங்கள் காலூன்றத் தவித்த
முன்னொரு கோடையில்
எனது உடலை உயிருள்ள நிலம் என்று கூறிய
உனது முத்தங்களையும்
கண்ணீரின் உப்பு படிந்த ஊடல்களையும்
சேகரித்து வைத்திருந்த கைப்பை
உறங்கி எழுகையில் திறக்கப்பட்டிருக்கிறது
அணைந்த விளக்கின் வாசனையை நினைவூட்டும்
இக்கோடைகாலத்தை
உனக்காகவே அழைத்துவந்தேன்
கடிதங்கள் எழுது

I have invited this summer for you

Translated by Lakshmi Holmström

The grassland of your chest has withered.
You never write to me these days.
In those letters of yours that I preserved
the tears boil over.
My body is tender and limp
as if it needs to be wrapped around
with many hands.

In this heat-struck street
no one is about, except the postman
with his breath-catching letters
and that girl who has forgotten
her childhood secrets.
This heat, which can swallow
whole rivers in a single gulp,
comes and sits silently, like a bird,
awakening the rocks and hills.
Children refuse to play in the sun
which rises each day steeped in blood.
A telephone rings, calling incessantly
from an empty house.
Women's eyes float through smoke.

The handbag, where I placed, for safe-keeping,
your kisses which told me
my body is a land that is alive,
and our quarrels stained with salt tears,
has been opened, between my sleeping
and waking.
I have invited this summer –
which reminds me
of the scent of an extinguished lamp –
for your sake alone.
Write to me.

12. பிரசவம்

நீர்ப்பாத்தியில் நிழலேதும் வேண்டாது
தாவர இச்சையின் மிடுக்குடன் எழும்
திரண்ட கவர்ச்சியின் வாழை யான்
குலைதள்ளும் நாளில்
வெட்டிச்சாய்த்தது உமது அரிவாள்
தோலுரித்தது உடல் கிழித்தது என்றாலும்
காலைச் சுற்றிலும் கணுக்கால் உயரத்தில்
மீண்டும் மீண்டும் முளைத்தெழும்
என் கம்பீரத்தோகைகள்

Childbirth

Translated by Lakshmi Holmström

On the day that I,
a robust banana tree,
never needing shade in my water plot,
rising up with the vigour and ardour
that all vegetation shares,
on the very day I put forth
a cluster of flowers, ready to fruit,
your sickle felled me,
flayed me, tore apart my body.
All the same, around my feet,
right up to my ankles,
again and again they will rear their heads
my majestic crests.

13. எதிர்முகம்

முதலில்
எல்லாவற்றையும் நினைவூட்டிக் கொள்கிறேன்
மறுக்கப்பட்ட மகுடங்களை
உடல் தன்னுரு மறைய வேண்டிய வெளிகளை
ஒரு பருவம் அமிழ்ந்து மறு பருவம் முகிழ்க்கையில்
மனனம் கொள்ளவேண்டிய சொல்லாடல்களை
வாசிக்கப்படாத ஏடாய்
வெளிகளோடு திளைக்காத ஒடுக்குதல்களுடன்
செல்லரிக்கும் கனவுகளின் ஊர்தல்களுடன்
பருவம் மூடியதை

பின்
எல்லாவற்றையும் மறக்கிறேன்
வரலாற்றின் பிழைகளை
உடலை வரையும் கீறல்களை
படிமச் சிதைவுகளை
நரம்புகளில் ஏறிய குற்றங்களை

Face to face

Translated by Lakshmi Holmström

First
I remind myself of everything:
the diadems denied;
the public spaces where the body
must hide its shape;
the speeches that must be memorized
while one season sinks and another appears
like an unread page;
the oppressions that preclude our pleasure
in Nature;
the crawling of empty, worn-out dreams
as our seasons come to an end.

Then
I reject it all:
the mistakes of history
the slashes that outline the body
the destruction of the imagination
the wrongs that have entered our veins.

14. நினைவின் மதகு

உனது நினைவின் மதகு
ஒரு மழைக்காலத்தின் வருகையை அறிவிப்பதாய்ப்
பெருகி வீழ்கிறது என் வெயில் பிரதேசமெங்கும்
கொஞ்சமும் தளராத வேட்கையுடன்
நுரை சுழித்த திமிரில் எனது பூமியில் குழிபறிக்கிறது அது
ஒரே நாளை ஆயிரம் முறைகள் வாழ நேர்ந்ததாய்ச்
சலிப்பூட்டும் அதிகாலைகளைக் கசக்கி எறிகிறது
குகையினூடே ஒளி துளைக்கும்
அதன் சீற்றத்தின் கொதிப்பு உணர்ந்தும்
கைகள் பொசுங்க அள்ளிப் பருகுகிறேன்
நெடிய மரங்களினூடே அலையும் என் பார்வை
ஓர் அற்புதமான குறிஞ்சிப்பூவைக் கண்டுகளிக்கிறது
தொடுவானத்தை இடித்துவிடாமல் இருக்கட்டும்
நமது பிரிவு
இறக்கைகள் வலைக்கண்ணிகளில் சிக்காத பறவையைப் போல
பாயட்டும் நமது உடல் விசை
சிந்தும் ஒவ்வொரு துளியும்
கடலின் கருவறையைத் தொடக்கூடும் ஒரு நாள்
யோனியின் மதகைத் திறக்கிறது உன் நினைவின் பெருக்கு

Floodgates of memory

Translated by Lakshmi Holmström

The floodgates of your memory
overflow across my heat-ridden land
heralding the monsoon.
With unending ardour and foaming insolence
memory covers my earth with potholes.
It crumples and throws away early mornings
full of boredom, as though the same day
were to be endured a thousand times over.
Like light it tunnels its way into the cave.
I'm aware of its hissing anger but
I scoop it up with scorched hands and drink.
My gaze wanders through tall trees,
alighting with joy
on a wondrous *kurinchi* flower.

Let not our parting
blast through the horizon.
May the force of our love
leap like a bird whose wings
will never be caught in a net.
Every spilt drop of it may one day
touch the very womb of the sea.
The flood of your memory
opens the sluice gate of my vagina.

15. யானுமிட்ட தீ

தரையிலிருந்து எழும்பிய தீயின் தலைகள் முட்டி
மேகங்கள் பொசுங்கி
வானம் தீய்ந்து கருத்தது
பறவைகளைப் பற்றிப் பேசவே வேண்டாம்
நினைவுகளைச் சேகரிக்கும் கனவு இல்லை
சூரியனின் துளி ஒன்று
அவள் கண்களை எரித்தது
நச்சுப்பொய்கையாய் மாறிப் பாய்ந்தது வெள்ளொளி
அங்கே பகல் திறந்தது
பகலின் உடலுக்குள் இரவின் உயிர்
இரவின் உடலுக்குள் பகலின் உயிர்
என் காலம் பிறந்தது

கனக்கிறது துடிக்கிறது பாலையின் நீர்மை

The fire I lit

Translated by Lakshmi Holmström

The flames rose high from the earth,
their crowns singed the clouds;
the sky was scorched and blackened.
As for the birds, let us not speak of them.
No dream left, to preserve memories.
A drop fell from the sun into her eye,
burning.
White light leapt, turned into a poison stream.
Morning broke open.
Into the body of Day, the breath of Night;
into the body of Night, the breath of Day.
And so Time was born.

Waterness in the Arid Land heaves and quickens.

16. ஆதித்தாய்

ஆதித்தாய் தன்னை கடலாகப் படைத்துக் கொண்டாள்
எழுச்சி கொண்டு
நீதிக்கான வேட்கையை அலைகளாக்கிக் கொந்தளித்தாள்
மார்புகள் அறைந்தெழுதிய பாடல்களில்
மானுடத்தின் விருத்திப் பணியை
தன்னுடலில் தூக்கிச் சுமந்தாள் சிலுவையைப் போல்
பூமியின் கோப்பையில் உப்பு உலர்ந்த மதுவென்றானாள் அவள்
எழுத்தில் இல்லாத வரலாற்று நினைவுகளைக் கிளர்த்தும்
மூலிகையின் பானமும் என்றானாள்
தான் சுமந்து திரியும் தீச்சட்டியில்
எஞ்சியிருக்கும் நெருப்பின் பெருவெப்பத்தால்
ஒவ்வொரு நாளும் காலத்தை வெல்லும் அன்பைச் சமைக்கிறாள்
தன் மதலைகளை அலைகளாக்கிக் கரை விளையாட அனுப்புகிறாள்
நீர்ப்படுகைகளைப் புடவையாக்கிய அவள் நீர் மேடையில்
பாசிகளின் நிறம் கொள்கின்றன அவளுடைய துயரங்கள்
ஆங்கே ஆதித்தாய் மீன் உருவில் இயங்கித் திரிகிறாள் இன்னும்

First Mother

Translated by Vivek Narayanan

Our Ancient Mother took the form of the sea.
Surging upwards,
her passion for justice became raging waves.
Striking her breasts, she wrote her songs,
and carried in her body, like a cross,
the betterment of human beings.
cupped into the earth, she grew dry
like salt, or wine.
Yet again she became a herbal medicine
stirring memories of unwritten histories.
In the fire-pot she carries, she creates each day,
over the last of the flames,
Love that defeats all Time.
She turns her children into waves
and sends them to play ashore.
River-beds turn into her saris
and rise to the surface, where her sorrows
take the colour of sea-weed.
And there, our First Mother, in the form of a fish
wanders still.

17. மணிஷாவின் முதுகெலும்பு

மூவாயிரம் ஆண்டுகளாய்
அப்பனால் சகோதரனால்
கணவனால்
எவனெவனோ எவனால்
முறித்து ஒடித்து
மண் உள் புதைக்கப்படுவது
மணிஷாவின் முதுகெலும்பு தான்

வரலாறு நெடுக
அரசியல் புதைகுழியின்
வெவ்வேறு ஆழங்களில்
காலக்கிரமமான
கொதிநினைவுகள் நுரைக்க
அகழாய்வுத் தடயங்களுடன்
மீண்டும் மீண்டும்
கண்டெடுக்கப்படுவதும் அதுவே

மண்வெட்டியின் ஒற்றை மோதலில்
காலஇயந்திரக் குரலாய்
தொன்மச்சகதியிலே
உயிர்பெறுவதும் எதிரொலிப்பதும்
ககன இதயத்தைக் குலுக்குவதும்
அவளின் அதே அலறலே

கருக்குகைக்குள்ளிருந்து
தன் முதுகு நிமிர்ந்து எழுந்து வரும்
என் மகள் இன்று கேட்கிறாள்,
புதிய வீரக்கலை சூத்திரம்
கற்கும் ஒற்றை வாய்ப்பை;
இதுவரை ஒருமுறையும்
முறிக்கப்படாது புதைக்கப்படும்
மனுவின் முதுகெலும்பை
சடசடவென முறிக்க.

Manisha's Spine

Translated by Ethiraj Akilan

Smashed and broken to pieces,
what is buried deep in the soil,
for well over three thousand years,
by dad, by brother,
by husband,
and so many sundry scoundrals,
is only Manisha's Spine.
It is the one that gets rediscovered,
all through history,
with every find of excavation,
in the burial pit of politics,
under varying layers,
with the boiling memories
foaming chronologically.
Again and again,
with the one stroke of the hoe,
in the mire of myth,
as the voice of the time machine
that comes to life and echoes
to shake the heart to tremors,
what is heard is the same wail too.
My daughter,
the one who comes out
from within the cave of my womb,
with her spine erect,
asks me today
to give her nothing
but the chance to learn
the knack of a martial art
to smash to pieces with a bang,
the spine of Manu
that has not for once been
broken before burial.

Note: it is about the spine of Manisha Valmiki that got broken when she was raped.

Manu - Manu is purported as the lawgiver to the most inhuman caste system and heinous Brahminical Patriarchy.

18. அலை அள்ளி வருகிறது

கடலடி கனவுகளை துயரங்களை காதைகளை
அலை அள்ளி வருகிறது
கடலின் சலனங்களை
நீராழிப் பூக்களை அள்ளி வந்து இறைக்கிறது
என்றென்றும் சுழற்சி அடங்காத
சிற்றுயிர்களின் கொந்தளிப்புகளை
பூமியின் நீர்மையின்மையை
தன்னில் விழுந்த முழுநிலவுகளை
பாதாளத்தில் அவிந்து கொண்டிருக்கும்
காலாதீத மனிதனின் கடுந்துயர்களை
தன் உடல் மீது அடர்ந்து உலர்ந்த
மணமகனின் பசலை மேகங்களை
வலசை பயணிக்கும் பறவைகளின்
நிலம் மீளும் கற்பனைகளை
ஒன்றன் பின்னால் ஒன்றாகத்
துள்ளிக் குதித்தோடி அள்ளி வருகிறது
பந்தயக் குதிரைகள் பிடரி மயிர் சிலிர்க்க
நீர்ப்புரவியேறி விரைகின்றன
கரை தொட்ட குளம்புகள்
முழங்கால் மடங்கி வீழ்கின்றன
நுரை தள்ளிச் சிதறுகின்றன
தொலைதூரத்தில் வானும் கடலும்
ஒன்றையொன்று தொடும் நேரத்தில்
கண்ட ஒரு தரிசனத்தை
படகிலேற்றிக் கரை அள்ளி வருகிறான்
தோணிக்காரன்

The waves swoop ashore

Translated by Vivek Narayanan

The waves swoop ashore, bringing
the dreams, sorrows and epics beneath our feet,
the agitation of the seas.
It flings to the shore flowers
gathered at mid-ocean,
the unceasing swirling turbulence of small creatures,
the earth's waterlessness,
the many full moons fallen into its waters,
deep sorrows of man, smouldering underground
for long years,
clouds of love-sickness pervading
the bridegroom's body,
dreams and hopes of the migrating birds'
return to their land.
One after the other they hasten ashore
leaping, like race-horses
their manes standing on end.
Water horses rush forward until
their hooves touch the shore, and their knees
buckle. The foam gathers, spreads, scatters.
Loading into his little boat
the vision he saw at a far distance
at that moment when sky and earth touch,
the boatman swoops ashore.

19. சிட்டுக்குருவிகள்

ஜன்னல் அளவிற்கே வானத்தை அறிந்திருந்த
சிட்டுக்குருவிகள்
கூட்டைக் கலைக்காமல் இடம் பெயர்கின்றன
கூசும் வெளிச்சத்தில்
ஒருவருக்கொருவர் இறகுகளைக்
கோதிக்கொள்கின்றன
சிற்றுடலில் நிறைத்திருக்கும் தானியங்களை
குஞ்சுகளின் கனவுகளில் விதைக்கின்றன
பொன்னிறப் பயிர்களை வளர்க்கின்றன
இலக்கின் திசைகள் மோதிக்கொள்ளாமல்
விசுக்கென்று பறந்தெழுகின்றன
முட்போர்வை கொண்ட பூமியின் மீது
வானத்தை விரிக்கின்றன

Sparrows

Translated by Vivek Narayanan

Sparrows
who have only measured the skies
from the frame of a window
have flown away into exile
without spoiling their nests.
In the dazzling sunlight
they groom each others' feathers.
The grains that fill their tiny bodies
they sow within the dreams
of their young
where they will grow into golden ears of corn.
Suddenly they ascend, in their flight,
not once clashing into each other's pathways.
They spread the skies
upon the thorns covering the earth.

20. நிர்வாணம்

உனக்கும் எனக்கும் அவளுக்கும்
நிர்வாணம் தான் பளபளப்பான ஆயுதம்;
குருதியின் வியர்வையில் நனையும்போதெல்லாம்
ஒரு பயிற்சியின் முழுமையை அடைகிறது
மரங்கள் நிர்வாணத்தை அடையும்போது தான்
இறக்கைகள் துளிர்க்கும் பறவைகளாயின
சீனப்போர் வீரன் சொல்லுவான்:
'உறையிலிருந்து ஒரு பொழுதும்
வாளை வெளியே இழுக்காதே
அவசியமின்றி'
நிர்வாணம் வளர வளரத்
தீயின் கொழுந்தைப் போல்
நிர்வாணத்துடன் வாழ்வது எளிதன்று
அது உன்னை அலைக்கழிக்கும்
உபயோகிக்கும் வாய்ப்பைத் தேடி
வாளை ஒரு போதும்
வெளியே இழுக்காதே அவசியமின்றி
அது துருப்பிடித்துச் சல்லடையானாலும்
ஆனால் உன்னோடே
எப்போதும் வரித்துக்கொள் அதை.

Nakedness

Translated by Vivek Narayanan

For you me her
nakedness is the glittering weapon
When wet with blood's sweat
it attains the perfection of its training
As trees reach their nakedness
they turn wing-sprouting birds
The Chinese soldiers used to say
Don't ever draw
your sword from the sheath
without a reason
It isn't easy to live with nakedness
When it grows and grows
like a flame from the fire
it will torment you
But don't ever draw
your sword unnecessarily
searching for the chance to use it
Even if it should rust and turn a sieve
Keep it with you
Make it your own

21. மாயக்குதிரை

நண்பனுக்கு உடல் என்பது காட்சிப்பொருள்
தொடரும் ஒரு புதிர் தங்கைக்கு
அம்மாவுக்கு அது நிரந்தரப் புனிதம், கடவுளின் அழுக்கு
அப்பாவுக்குப் பாதுகாத்து சேமிக்க வேண்டிய நாணயம்
ஊர்க்குளத்தில் உடலைக் கொத்தும் மீன்களிடம்
சிக்கிக் கொண்டபோது திறந்து கொண்டது என் உடல்
உறுப்பை அவை திருடிச் சென்று தாமரையின் இலைகளில்
உருட்டி உருட்டி விளையாடின வைரக்குமிழ் என்றன
பாட்டி சொல்லியிருக்கிறாள் உடல் அவளுக்கு அணிகலன்
புலிக்கு அதன் உடலே கானகம்
என்னுடைய மழலைக்கு அது ஓர் அணையாத சூரியன்
காதலனுக்கு தாமரைகள் பூக்கும் தடாகம்
எனக்கு என் யாக்கை நான் ஏறிக் கொண்ட மாயக்குதிரை
எந்த உறுப்பிலும் என் சுயம் இறுக்கிப் பூட்டப்படாமல்
நிதம் தோன்றும் உணர்வுப் புரவியேறி விடுதலை காணும்
எனக்கு என் யாக்கை நான் ஏறிக் கொண்ட மாயக்குதிரை
பறந்து போன உறுப்புகளை பறந்து கொணர
எனக்கு என் யாக்கை நான் ஏறிக் கொண்ட மாயக்குதிரை
பெண்ணுமில்லை ஆணுமில்லை பெண்ணிலுமில்லை
ஆணிலுமில்லை நான் வளர்க்கும் மாயக்குதிரை

A Spectral Horse

Translated by Vivek Narayanan

The body for my friend is a kind of exhibit
A riddle without end for my sister
For my mother it's enduringly sacred God's dirt
For my father an asset to be protected and conserved
In the village pond entangled among the fish nibbling my body that was
when it opened by itself my body
they stole my innards and on lotus leaves rolled and
rolled and played with them calling them, "diamond dew-bubbles"
I've heard grandma say that the body for her was an ornament
For the tiger the body itself is wilderness
For my child it's a never-setting sun
To the lover a lake where the lotuses bloom
For me my form is a spectral horse I straddle
my self isn't locked in any of my organs
on the horse of everyday feeling I see freedom
For me my form is a spectral horse I straddle
to bring the flown-away organs flying back
For me my form is a spectral horse I straddle
Not female not male not in woman
nor in man is this spectral horse I tend

22. நம்மைப் பிடித்த பிசாசுகள்

சகோதரி... இன்னும் பல முலைகளை
வனைந்தெடுப்போம்
கல்லால் அடித்தும் கத்தி முனையிலும்
உயிர்த்த முலைகளும் உண்ணப்படும் வேளையில்
உலகின் தானியங்களாகிப்போன
அவற்றைப் பேண வேலிகள் இல்லை
வல்லூறுகள் ஏன் தானியக்கொள்ளையில்?
வெயிலை தின்று வெட்டவெளியை நுகர்ந்து மூச்சிடும்
அக்கிழவியின் முலைகள் அவளைப்பீடித்த பிசாசங்களாய்
தொங்கிக்கொண்டிருக்கின்றன நெஞ்சை முட்டிக்கொண்டு
உலர்ந்த வரலாற்றின் எல்லை வரைபடங்களே
அப்பிசாசுகளும் ஆகவே சகோதரி
நீரரருந்த நீர்க்குளங்களாயிருந்த முலைகளை
தீராத வேதனைக் கலயங்களாக்கோம்
ஒருநாளேனும் கற்களாக்கி அம்முலைகளை
கவண் கொண்டெறிவோம்
ஒற்றை முலையோடேனும் அலைவோம்
நம் சூரியனை தூக்கிச் சுமந்து.

The Fiends that Fetter Us

Translated by Vivek Narayanan

sister.. still many more breasts
for us to mould as if from clay
in this era when living breasts are bitten
by stones or by the tips of knives
they're like the grain that feeds our world
but no fences to protect them
and why are birds of prey rooting in those silos?
eating sunshine straining to draw breath
from an arid field
that old woman's breasts
fiends that fetter her
hanging low
knocking against the chest
like dried-up history beyond the borders on maps
not unlike those fiends that's why sister
breasts like freshwater ponds to drink deep from
let's not make them vessels of unending misery
for a day at least let's make those breasts stones
to use in slings
let's wander with a solitary breast
and carry our sun above us

23. அவள் ஒரு தாமரைக்குளம்

உடலெங்கும் நீர்மொக்குகளுடன் அவள் எழும்ப வருகையில்
ஒரு மொக்கும் முறியாது நாவினால் பறித்துக்
கனிகளாக்கி உண்பேன்
நீரலை கரையேறிச் சறுக்குவதைப் போல
அவள் இதயத்தின் பெருஞ்சுவாசம்
மார்புகளின் மீது அலையெனப் புரண்டடங்கும்
உள்ளங்கைகளை அகலவிரித்து
இலையின் குழிவோடு உந்தியை விரித்துக் கொடுப்பாள்
ஒரு கிளி கவ்வியிருக்கும் கனியைப் போல
தன்னுடலைத் தானே
ஏந்திவந்து என்னிதழுக்குள் வழங்குவாள்
ஒருவரது பரவசத்தின் தேநீரை மற்றவர் குடித்துக் களிப்போம்
நிரம்பப் புகையும் கூந்தலுக்குள் மூழ்கி
திசை குழம்பி மூச்சுத் திணறி மீளுவேன் நான்
கால்தடங்களால் தரையெங்கும் கிளைத்துக்கிடந்தவள்
நீருக்குள் இறங்கியதோ
பாம்பின் சரவேகம்
மழையின் கனத்த தொடைகளுடன் ஓடிவந்து
பூச்சகதியாக்குவோம் ஒருவரையொருவர்
அவளது தேனடையைச் சுற்றிப் பறந்து
இரைச்சலிடும் என் மூச்சு
பின் விடியற்காலை தோறும்
முலைகள் நான்கும்
விரிந்த தாமரைகளாய் மிதந்து சிரிக்கும்

She, a Lotus Pond

Translated by Vivek Narayanan

All across her buds of dew come up
I'll make every single bud a fruit
pluck it unbroken with my tongue
like the water brushing up the banks
her heaving heart-breaths
against the chest those waves rolling over
the palms opened wide
her navel like a leaf's
depression radiated outwards...
Like a parrot with a piece of fruit in its beak
she offers it, her body
leads and lends it to my lips
we drink each other like ecstatic tea
sinking in her smoky hair
disoriented gasping for air
her scattered footsteps on the floor are branches
Going into the water
with a snake's slippery speed
having with heavy rainy thighs come running
we make it in the flowering mud one to the other
I'm circling her beehive
with my busy breath
And then every day at dawn
the four breasts
smile like lotus blooms

24. பிரமை

உனது கண்களின் போதை
அகலப்பாய்ந்து
என்னுள் உதிரத்தின் பேரருவி
என்புக்குள் சீறிப்பாய

தீண்ட ருசிக்கும்
எனது பார்வைகள்
உன்னில் பதியனிடும்
வரலாற்றின் தண்டுகள்

உனது வார்த்தைகள்
என்னுள் நிரம்பி
மூலத்தில் மௌனமாய்ச்
சுருள்கின்றன

மௌனத்தை நீ
இரு துண்டுகளாகக் கிழித்து
என் மீதெல்லாம்
மழையடிக்கிறாய்

பின் இறுகிய தரையில்
ஒன்றிரண்டாய்
அதன் கனத்த துளிகள் வீழும் சப்தம்
நீண்ட நேரம்
பருவத்தின் பின் பருவமாய்க்
காலம் இழுத்துச் செல்லும்போது
விடுதலைக்கான அழுகை
அழைத்து வந்தது என்னை

உனது வார்த்தைகள்
என்னுள் நிரம்பி
மூலத்தில் மௌனமாய்ச் சுருள்கின்றன

Chimera

Translated by Vivek Narayanan

your intoxicated eyes
pour into me
a great blood-waterfall
my bones' hissing tide

they want to touch and taste
my glances do
grafting into you
history's shoots

your words
brimming in me
silent at my base
curling

you tear
the quiet in two
all over me
strike rain

later on the hardened floor
the sound of those heavy drops falling
for a long while...
season following season
time dragged on
sobbing for freedom
it brought me back

your words
brimming in me
at my base curled up quietly

25. வெடிகுண்டுகள்

உடலின் பருவங்களைப் பெண்கள்
வெடிகுண்டுகளாக்கி உடலுக்குள்ளேயே
ஒளித்து வைக்கின்றனர்
மருந்தின் நெடியும் வெக்கையும் தாங்காதபோது
உடலைத் திறந்துவிடுகின்றனர்
மழைக்காலங்களில்
அவை நமத்துப் போகும்போது
விதைகளைப் போல உலர விரிக்கின்றனர்

பருவங்கள் காலங்களின் படுக்கை
கோடைக்காலங்களில் அவை மீண்டும்
தனிமையையும் வெக்கையையும் சுவாசித்து
வெடிக்கத் தயாராகின்றன

பல அறைகளின்
ஒளிமாற்றங்களைக் கடந்து சென்று
கடைசி அறைகளின் மித வெளிச்சத்தில்
அவ்வெடியின் திரியை
அவள் தனது காமத்தால் தீண்டும்பொழுது
உடல் தனித்தனி அவயங்களாய்
வெடித்துச் சிதறியது

அவயங்கள் தோறும்
வெடிகள் ஒளித்துவைக்கப்படும்

அவர்களின் கருப்பைகளும் முலைகளும்
கனிகளைப் போல் அழுகிப் போகின்றன

Explosives

Translated by Vivek Narayanan

The cycles of the body that women
turn into explosives
keeping them hidden inside
And when they can't anymore handle
the stench of the bomb-powder or the radiating heat
they open those bodies up
In the rains
getting sodden
they sprout from those bombs like seeds
Time stretches out in the seasons
In the summers again
breathing in the loneliness and the radiating heat
getting ready to blow
pouring through the changing light
of so many rooms
to the last one's soft glow
That explosive's fuse
when she touched it with her desire
body in little pieces
blasts and scatters
In all the organs
explosives kept hidden
and in their uteruses and in their breasts
like fruits, rotting

26. கேமரா

அந்தக் கேமரா
அவள் உடலையே மொய்த்தவண்ணம்
எங்கே தசைத்திரட்சி தெரிகிறது என்பது மட்டுமன்று
எங்கே அவள் ஆசை இச்சைகள் குடிகொண்டிருக்கின்றன என்றும்
துளைப்பதுமாய்
அங்கும் இங்கும் அலைகிறது
அவள் காதலனை இதயத்தின் இருளில் ஒளித்து வைத்திருந்தாள்
காத்திருந்து காத்திருந்து இருட்டிலேயே அவன் தற்கொலையும்
செய்து கொண்டான்
காமிரா ஒரு குளவியைப் போல
மேலும் கீழும் அந்தரெவளி எங்கும் சுற்றிப் பறந்து திரிகிறது
அவள் உடலின் மேல் கீழ் குறித்த தன்னுணர்வில்
மலர்ந்து படபடக்கும் பாவாடை விளிம்பைக் கைககளால் அடக்கி
கால்களோடு ஒட்டி வைக்கிறாள்
உடலும் மனமும்
பாதங்கள் பதியாத நுனிவிரல் துள்ளல் நடையில்
எப்பொழுதும் ஆடுகிறது
அந்தக் கேமரா
மேலும் கீழும் அந்தரெவளி எங்கும்
சுற்றிப் பறந்து திரிகிறது
அவளையே கொட்டுவதைப் போல்
சுற்றிச் சுற்றி வருகிறது
காமிராவின் கண் அவ்வளவு தீவிரமானது ஏனெனில் அதன் பின்னால்
கோடிக்கணக்கான கொலைவெறிக் கண்கள்
தான் இல்லாது போகும் எத்தனம் தேடி
அவள் மீதான கேமராவை
கனத்ததொரு சுத்தியலால் கொன்றாள்.

Camera

Translated by Vivek Narayanan

It swarms her body,
that camera,
showing not only
the thickening folds
but also the places where
her hopes and yearnings
have come to dwell
tunnelling into her
here or somewhere, vacillating,
she's hidden her lover in
the darkness of
her heart, waiting waiting
in that dark he even killed
himself there, and the
camera like a wasp
above and below anywhere
spinning or hovering in mid-air
and the self-awareness that knows
her body up and down presses
the blossoming rustling skirt to
the hemline with her hands
her legs held stuck together
body and mind
feet not pressing gait tiptoe springing
dancing dancing always that camera, above
and below anywhere spinning or
hovering in mid-air
circling circling
as if to sting her
and the eyes of that camera so severe
because, behind it,
millions of murderous eyes.
Straining to be no more
she took a heavy hammer
to the camera and killed it.

28. மீன்தொட்டி

மென்னுதடுகள் பேசும் மீன்குஞ்சுகள்
வளையவரும் தொட்டியாய் இருந்தேன்
இரவு பகல் எழுச்சியுறும் கடலில்லை
பழம்பெரும் பாசிபடர்ந்த கூழாங்கற்களை
உருட்டிக் கொரித்தது குஞ்சின்பசி
குத்துயிர்க்கனவுகள் உடலை முட்டும்
உயிர்ப்பற்ற குமிழிகள் மேடுதட்டும்

ஓர் இரவும் அதனோடவியும் உம் ஆண்மையும்
கடலாக்கியது என்னை
சுவரை எட்டியுதைத்தன என்குஞ்சுகள்

Fish Tank

Translated by Vivek Narayanan

I was a fish tank the fry spoke with
soft lisping lips and circled inside me
this was not the sea restless by day or night
the hoary moss-covered pebbles were
rolled and nibbled by the little ones in their hunger
the tingling pain of dreams against the body
bubbles lifeless hitting the surface

that night and with it your extinguished manliness
made of me an ocean
and the fry struck the wall, my little ones

29. புலிகள்

நான் ஆண் புலியாம் நீ பெண் புலியாம்
அன்பைக் கொடும் வாயால் கவ்வியும்
கூர்நகங்கள் உடல் பதியப் பிடித்துப் பிராண்டியும்
வலிமையின் ஆழங்களை
ஒருவருக்கொருவர் காட்டிக் கொள்வோம்

உன் கண்களின் இலைத்தளிர்கள்
காட்டுக்குள் உன்னை ஒளித்துக் காட்டும்
என் உடலை மரங்களின் திடங்களில்
தொலைத்துக் காட்டுவேன்
இரவுகளில் நாம் புணரும்போது
உனக்காக அதுவரை ஒளித்து வைத்திருக்கும்
காமம்
கூவி ஆர்ப்பரிக்கும் என் தொண்டையிலிருந்து

தாழம்பூ மணம் வீசும் என் உறுப்புகளின்
மறைவிடங்கள் உனக்கானவை
பாறைகளில் வடியும் சுசுனைகளைப் போன்று
உன் மார்பில் வடியும் பால்சுரப்பைக்
குட்டிகள் கவ்விக்கிடக்க
நான் அங்கே அன்பைப் புறக்கணித்துக் கிடப்பேன்

நீ என்னை வேட்டையாடமுடியாத போது
நான் உன்னைக் கோதிக்கொடுப்பேன்
என் இருப்பைச் செரிக்கமுடியாது நீ திணறுகையில்
நீ என் இரையாகத் துடிப்பாய்
உன்னை வேட்டையாடித் தீர்ப்பேன்
இப்படித்தான் நான் பெண் புலியானதும்
நீ ஆண் புலியானதும்

Tigers

Translated by Vivek Narayanan

I a male tiger you a tigress
and with love's coarse mouth nipping cupping
sharp nails impressing the skin clasping scratching
to one another we'll reveal
the depth of our power

the tender leaves of your eyes
the forests will show them hiding
I'll give you my body
invisible in the firmness of the trees
and in the nights when we join together
the desire I'd kept hidden until then
for you
will screech and squall from my throat

the smell of screw-pine blossoms emanating as if
from inside me from my hidden zones only for you
Like a spring breaking from mountain rocks
milk sprouts from your chest
the little ones will come mouths clinging
neglecting love I'll lie there

and when you're no longer able to hunt me
I'll come back to caress you
I'll run my fingers through your fur
and when you're struggling to brook my presence
twitching to become my prey
I'll hunt and finish you then

this is how I become the tigress
and you the male tiger

30. எப்படி ஓர் அரசியாவது

நீண்ட கருந்துளைக் கணவாயில்
நீங்கள் நுழையத்தயாராக இருந்தால்
காலமே அப்படி ஒரு கணவாயாக மாறும்
எவ்வளவு தொலைவும் பொழுதுகளும்
அறியாமலேயே நீங்கள்
அதனூடே தவழ்ந்து உந்தி நடக்கவேண்டும்
நீங்கள் ஊர்வன சாதியாகிவிட்டதாய்
சந்தேகித்துச் சிந்திக்கையில்
திடீரென்று இருள் விலகி
சூரியனின் பொசுக்கும் எல்லைக்கு
வந்து சேர்வீர்கள்
இப்பொழுது உடலில் சில இறகுகள்
முளைத்தே ஆகவேண்டும்
கண்முன்னே ஆழ பாதாளம்
இனியும் நீங்கள் பறவை சாதியாகவில்லை என்றால்
வானத்தை அளக்கும் அதியற்புத வாய்ப்பை
இழக்கவேண்டியிருக்கும்
இறகுகள் முளைக்க இன்னும் தாமதம் என்றால்
எம்புங்கள் முழு எழுச்சியுடன் எம்புங்கள்
சூரியன் உங்கள் தலைகளைப் பொசுக்கட்டும்
அப்படியே படுபாதாளம் நோக்கி
ஒரு கல்லைப் போல் பாயும் உங்கள் உடலை
இலகுவாக்கிச் சருகாக்குங்கள்
முழக்கமிடாதீர்கள் கூட்டம் எழுப்பாதீர்கள்
சர்வ நிச்சயமாய் நீங்கள் விருதைப் பெறாதீர்கள்
பெயரை அழித்து அழித்துப்
புதிய பெயரை உருவாக்குங்கள்
முக்கியமாய் தனியே சுழலுங்கள்
தரையை உங்கள் பாதங்கள் தட்டும் வரை

How You'll Become a Queen

Translated by Vivek Narayanan

The long darkening cave tunnel
if you're prepared to enter
time itself will flatten
however long the distances, many the seasons

without knowing you'll have to
crawl or limp your way through it
you wonder if you're not
turning reptilian

at the sun-scorched boundary
you'll have arrived
now on the body a few feathers will have sprouted
just ahead you see the deep gorge
if you haven't yet turned ornithological
you'll have given up your chance
to take measure of that sky

if there's a delay in the coming of the wings
reach, leap with all your spirit
let the sun singe your heads
facing the gorge in all its depth, just like that
hurl your body like a stone
let it grow light as a withered leaf

don't raise your voice, don't gather crowds
definitely don't accept any awards
rub rub out your names come up
with new ones
Importantly, whirl your solitary whirl
till your feet hit the ground

31. எம் காதலர் சிறப்பு

புணர்தலும் புணர்தல் நிமித்தமும் ஆனப்
பெருங்காட்டிற்குள்ளே எம் காதல் ஜோடிகள்
நெடுந்தூரம் ஓடும் கால்களை வளர்த்திருந்தனர்
தலைகளைச் சீவும் வாள்களால் விரட்டப்படும் ஓட்டம்
திசையிலிருந்து திசையின் எல்லைக்கு
திசையின் எல்லையிலிருந்து திசையின் முனைக்கு
பூமியின் அச்சினைக் கொஞ்சமாய்ச் சாய்த்திடும்
வித்தையையும் கற்றவர் போல சாய்ந்தபடியும்
ஓடி ஊதற்குளிர் ஊடுருவும் காட்டினூடே
அச்சத்தின் வெப்பக்கதிர் கிழிக்கும்
பெறுமதியான சவால்
அருவியைப் போல் நீரின் சாரலுடன் கைகோர்த்து
அவர்கள் ஆங்கே மேலிருந்து வீழ்ந்தது
தலைகளுடன் சாவினைச் சந்திக்கும்
பெருங்களிப்பிற்கே
ஓராயிரம் ஆண்டு அதலப்பாதாளம் கண்டு
மீண்டும் ஓடுமுட்டி எழுந்துவரும் அரைக்கனவுடன்
ஓடினர் வீழ்ந்தனர்
காதலின் சிகைகளைஉயர்த்தியபடி வீழ்ந்தனர்
இரத்தக்காவு சுவைக்கவிரும்பிய அரிவாள்களும் வாள்களும்
அவர்களுக்கு முன்பே வீழ்ந்து
அவர் தலைகளைக் கொய்தன

The Uniqueness of our Lovers

Translated by Ethiraj Akilan

Our pair of lovers had grown long legs to run
into the great woodlands of lovemaking for making love.
A sprint to escape the chase of head-slashing swords.
From one far end to the other in the earth's direction.
From one frontier of a direction, to the farthest corner of the other.
Running with a tilt as if having mastered
the art of tilting the axis of the globe.
Through the cold breeze-penetrating great woodlands,
against the challenging waterfall spray,
with hands held tightly together
to pierce into the radiation of fear.
From that tall crest they jumped
only to experience the ecstasy of
meeting death with their heads intact.
Looking into the deep chasm of centuries
they ran and jumped with the half-hearted hope of
getting back to another life.
They jumped with their mane of love held high.
But the scythes and the swords
thirsting for hecatomb jumped even before them
and severed their heads.

32. எங்கள் நாட்டு மரங்கள்

எங்கள் நாட்டின் மரங்களில்
குலைகளைப் போலத் தொங்குவதெற்கென்றே
காதலித்தார்கள் பெண்ணும் ஆணும்
முந்தைய இரவின் சூடான முத்தங்கள்
இன்னும் உதடுகளில் ஆறாது வெறித்தபடி
நும்மினும் சிறந்தது நுவ்வை ஆகிய மரமென்று
அம்மாவுடன் புதர்க்காட்டுக்குள் கடந்து
சென்றபோதெல்லாம் அண்ணாந்து பார்த்தவள்
அசுரத்தனமான அம்மரத்தினை
நுவ்வை நுவ்வை என்று மனதில் கீறிக்கொண்டாள்
மரத்தில் நுவ்வைக்கும் ஒரு கிளை ஒதுக்கியபடி
அவளும் அவனும் உடலைக்களைந்த உடையுடன்
சூரிய உலகிற்கு முன்பாகவே உலரத்தொடங்கினர்
தாய்விதையை நினைத்து அழுதது மரம்
அவ்விடத்திற்குக் கடத்திவந்தக் காற்றை
நினைத்துக் கதறின பதுங்கியிருந்த வேர்கள் எல்லாம்
மிகைக்களைப்புடன் அரற்றியது
தாவர முதுமை
வரலாற்றுச் சரித்திரமாய் மீண்டும் கண்டெடுக்கப்பட
மரப்படிவமாய் மண்ணுக்குள் அழுத்தப்படும்
இடுப்பு சூல்கொண்டு நிற்கும் அதற்கு
இப்படி சொற்களால் அளக்கமுடியாதொரு சுமை
மேல் விரிந்த பாதங்களைப் பூக்களாகக்
கனவுகாணும் தங்கையின் மென்முலைகளை
அழுத்தியபடி நெருங்கியவனுக்கு
முத்தமிடும்போதே பொசுக்கியது முன் நிகழ்வு
பொதுவீதிகளின் சந்திப்புகளில் நெடிதுயர்ந்த
மரங்கள் எல்லாம் காதலர்களை ஏற்றிக்கொள்ளக்
காத்திருக்கின்றன

8. The Trees of our Land

Translated by Ethiraj Akilan

Men and women in our land loved each other,
only to be hanged like bunches of
bananas on trees.
Feeling the hot kisses of the previous night
still warm on the lips,
staring at the mastwood tree her mother
used to say is her older sister,
while crossing the woods,
a sister, a sister she etched in her heart,
thc gigantic tree.
Setting a branch aside for her older sister too,
she and he dried themselves with the body-stripped dress on the tree,
even before the sun could see the world.
The tree wept thinking of the mother seed.
The hidden roots wailed in memory of the wind
that had swept it there.
And they groaned with an exaggerated fatigue.
The aging tree,
rediscovered as history,
would go buried deep into the soil as a fossil.
The trunk that looks large like a pregnant waist
has to bear a weight immeasurable in words.
For him who came closer
fondling the tender breasts of the younger sister
who imagined the feet that raised above as flowers,
it burnt prematurely even as he kissed her.
The tall trees at the crossroads
await to get the lovers
hanging from them.

33. காதலில் சொற்கள்

என் சொற்களில் தீப்பொறிகள் அலைந்தன
முன்பெல்லாம்
அங்கும் இங்குமாய் மூர்க்கமாய்
கானகத்தின் மின்மினிப்பூச்சிகளனைய
பின்னொரு காலத்தில்
தழலாட்டம் கொண்டு வீசின சொற்கள்
சீறும் காற்றில் பறந்துபோகத் துடிக்கும்
கொடியில் உலரவிரித்த துணிகள் போல
இப்பொழுது அவை காட்டுத்தீயாகித்
தம் பல கைகளை வீசி அழைக்கின்றன
எங்கிருந்தாலும் இங்கே வா என
தொலைவைக் கருத்தில் கொண்டே
சருகுகளென் அள்ளிக்குவித்த இடத்தில் எல்லாம்
மூண்டு கனன்ற நெருப்புடன் அவை வானளாவ
எழுந்தாடிப் பரவுகின்றன
மூச்சுமுட்டுகிறது கண்ணே
சொற்கள் எல்லாம் எரிந்து தீர்ந்துகொண்டிருக்கையில்
ஒரு மொழியின் தொன்ம உணர்வை
விழுதெனப் பற்றி ஆடிக்கொண்டிருக்கிறேன்
வந்தேன் என எதிரில் வந்து நில்
இருவருமாய் எரிவோம்
வருவேன் என்றேனும் தூரமிருந்து கையசை
ஒற்றையாயேனும் எரிவதில் மகிழ்கிறேன்
சொற்களெனச் சுடர்கிறேனே.

Words in Love

Translated by Ethiraj Akilan

Earlier,
sparks of fire loitered in my words,
here and there, wildly,
matching fireflies in forests.
Later,
words flame-danced like clothes,
fluttering to fly away in the raging wind,
clipped on a clothesline.
Now they are turning into wildfire
and call you with their myriad hands
to come here, wherever you are,
not minding the distance.
Dancing, they rise up to the sky,
with their flaming fire,
like dry leaves heaped all over.
I feel suffocated, dear.
When all my words get exhausted burning,
I swing holding the aerial roots
of the mythic sense of my language.
Respond to my beckoning
and come in front of me.
Let us burn together.
Or wave, even from a distance,
your willingness to come.
I'll happily burn alone.
I flame and flame as words.

34. காதலின் மீச்சிறிய பஞ்சுப்பொதிகள்

இரு மீச்சிறிய பஞ்சுப்பொதிகளாய்
நாம் உருள்கிறோம்
ஒன்றை ஒன்று நெருங்கி
ஒன்றின் மீதாய் ஒன்று ஏறி
ஒன்றை ஒன்று உரசி
ஒன்றிலிருந்து ஒன்று விலகி
ஒன்றை ஒன்று துரத்திப் பிடித்து
எளிதான உருளல்கள்
அவற்றின் மத்தியில் கண்மூடிய
ஒருமை நிலை
நீண்ட நேரம் அவ்வாறே
அவ்வழியே வீசிய நுண்காற்றில்
மண் பற்றாத கனம் இல்லா
பெருவாழ்வின் வெளியில் போல்
எப்பொழுதென்றாலும் மின்சாரம்
பற்றிக்கொள்வதே போல்

The Two Tiniest Cotton Bales

Translated by Ethiraj Akilan

We roll
like two tiniest cotton bales,
getting closer to each other,
each getting over the other,
each brushing against the other,
each going away from the other,
each chasing and catching the other.
Smooth rolls.
And in their course,
experiencing oneness with eyes closed.
We remain for long in the same state
in the mild wind
that carries no dust,
that blows as lightly
as the expanse of the great life.
Always like an electric current.

35. காதல் தத்துவம்

இன்மையும் இல்லாமையும் ஒன்று தான்
காணும் எத்திக்கிலும் எக்கணத்திலும்
முகமொன்று வெளியின் தளத்தில்
பொங்கி மலர்ந்து எழ
கண்டுகொண்டேயிருக்கும் ஒன்று
காணாமல் எங்கு போய்விடும்
இடைவெளி இல்லா வெளியில்
ஏதோ ஒரு கணம் இட்டு நிரப்ப வருவது போல்
மெய்யாய்த் தோன்றி மறையும் கணத்தில்
அதுவரை மெய் மெய்யென ஆனது எல்லாம்
பொய் பொய் என ஆனது போல்
ஒரு கணப்பிம்பம் வெளியெங்கும் பரவித் திரள்கிறது
கண்டுகொண்டே யிருக்கிறேன்

The Philosophy of Love

Translated by Ethiraj Akilan

Presence and absence are one and the same.
As a face blossoms out
in the space of the endless space
seen everywhere, every moment,
something would observe it always.
Where would it go unnoticed,
in the space with no space in between?
In the moment of it appearing real, filling the void,
and disappearing instantaneously!
Like whatever that remained real till that moment,
turned unreal,
a momentary image amasses to pervade the space.
I observe nonstop.

36. கடலே காதல்

கடலே நம் காதலை நெய்தது
அலைகளால் அலைகளின் அலைகளால்
கால உழவி கடல்
இப்பூமியில் ஒரு புல்லாயும் நாம் இல்லா போதும்
நினைவுகளை அலையாக்கியிருந்தது
நடுஇரவில் நடுக்கடலில்
தனித்திருக்கும் கலம் ஒரு நாட்காட்டி
நூறாயிரம் ஆண்டுகளின் கால அளவை
நினைவுகளை அலையென சலித்துச் சலித்து
நம்மிடம் அள்ளித்தருகிறது
அருவமழித்து உருவமாயும்
உருவமழித்து அருவமாயும்
நீயும் நானும் தோன்ற இயங்கியது
மந்திர ஆற்றலின் பேருயிரி
நமக்கு முன்பே நம்மை அயராமல்
வரித்துக்கொண்டிருந்தது
அலை புரளும் ஒரு தருணத்தில்

நீயும் நானும் கண்களின் நதிகளை
கடலில் கலக்கிக்கொண்டோம்
அன்றைய அதிகாலை
கரையில் உருளும் இரு தென்னங்காய்கள்
அங்கும் இங்கும் அலைகளை நோக்கி
கரையில் திரியும் நாய்கள்

Sea is Love

Translated by Ethiraj Akilan

It was sea that wove our love.
Out of waves. The waves of waves.
Sea is the tiller of time.
Despite our not being even a leaf of grass,
it had made our memories waves.
The vessel that remains alone at mid sea
is a calendar of days.
It sieves the span of thousands of years
and its memories into waves
and gives them to us in abundance
For us to appear as form from formlessness
and from form back to formlessness
it toiled.
It is a grand organism of magical prowess.
Tirelessly has it inherited us
even before we were born,
in a moment of waves rolling.

We had merged the rivers of eyes
into the sea
that morning.
On the shore would roll two coconuts
helter-skelter towards the waves.
On the shore would loiter dogs.

37. காதல் கடலின் விளைச்சல்

அக்டோபர் 24
ஏன் மனம் இவ்வளவு கடுமையான கோலம் கொள்கிறது?

காற்றில் முளைவிட்டது நம் காதல்
இப்பூமியில் அரசன் நீ
பல நூற்றாண்டுகள் எடுத்துக்கொண்டாய்
என் அரசாங்கத்தைக் கண்டடைய
மலைப்பாதையில் நீ இறங்கிவந்த யானை
காட்டின் வழித்தடத்தை மறந்திருந்தது
அங்கும் இங்கும் அலைந்த ஆற்றின் களைப்பு
உன் உடலெங்கும்
காதல் ஒரு நீண்ட நினைவு
காலம் ஒரு மந்திரக்கோல்
என் மூதாதையராய்ப் பிறந்தவர் எல்லோருமே
நான் தான் என்று சுட்டிக்காட்டியது
துருவப்பிளவுகளை
நேர் செய்யும் ஒரு முத்தம்
உன் கையில் சங்கின் வடிவில்
கடலின் விளைச்சலாய்ப் பெருகியிருக்கிறோம்

Love, The Produce of Sea

Translated by Ethiraj Akilan

October 24
Why do I feel so agonized?
Our love sprouted in the air.
You're the king of this world.
You took many centuries
to find out my queendom.
The elephant you came down the mountainous path
had forgotten its sylvan route.
You were weary like
the river that had loitered here and there.
Love is a long, long memory.
Time, a magic wand.
It identified all my ancestors
as only me.
A kiss that levels the gap of opposite poles,
in your hand,
in the shape of a conch shell.
We have multiplied as sea's produce.

38. காதலர் முகம்

அவர் முகத்தின் வனத்தில்
பூக்கள் அசைகின்றன

ஒற்றைப் பூவைக் கொய்யும்
தீவிர அவசரத்தில்

மற்றெல்லா பூக்களின் முகங்களும்
திகைத்து அடங்குகின்றன

The face of the lover

Translated by Ethiraj Akilan

In the forest of his face
flowers dance.
In the great hurry
to pluck a single flower,
all other flowers
feel shocked and become motionless.

39. என் மொழி என் கள்

என் மொழி என் கள்
என் உடல் பேரியாழ்
இசைத்து இசைத்துப் பெருக்கிக் கொடுக்கும்
முலைகள்
விரல்களின் குழைவுகளுக்குப் பொருந்திப்
பரவும் பண்
ஆறு பருவங்களுக்கும்
ஆறு பொழுதுகளுக்கும் ஐந்திணைகளுக்கும்
முயங்கிக்கொடுக்கும்
என் மொழியே என் பனங்கள்
எனக்குப் பித்தம் முற்றும் நாட்களில்
என் பேரியாழ் அத்தனை நரம்புகளுமதிர
ஏன் அண்டமே அதிரப் பாடுகிறது
முன்னொருகாலத்தில் அவ்வையாகியதும் அப்படியே
நாளமதிர பேரியாழ் வளர்ந்து வளர்ந்து
இரவில் பனைகள் நடுங்க
ஒலிக்கையில் என் மொழியே என் பனங்கள்
எங்கள் இசக்கி சாகாத இளமையுடன்
கனவிற்குள் நுழைந்து
தன் முலைப்பால் தருவாள்
பெண்ணாக அன்றி என் பேரியாழ்
வேறெதுவுமாக இருந்ததே இல்லை
ஓயாத இசைக்குருதி நினைவுகளை
காலக்குறிப்புகளை மீட்டெடுத்தான்
இன்றொருவன் தன் நுனிவிரல்களால்

My Language, my Palm Wine

Translated by Ethiraj Akilan

My language is my palm wine.
My body is a huge harp.
Breasts that music and music and multiply.
The music that conduces to the
tenderness of fingers.
The language that conjugates
for all the six seasons, the six periods of a day,
and the five-fold land
is my palm-wine.
On days my mania peaks,
my huge harp sings with all its strings quaking.
Why, even as the entire cosmos quakes.
It was this way, Avvai was born.
The huge harp grows and grows as all the blood vessels tremor,
and at night the palm trees tremble and moan.
Thence my language is my palm wine.
Our Isakki, with her never ending youthfulness,
would get into my dream
and breastfeed me.
My huge harp has never been anything else
other than being a woman.
And today a man brought back
the time notes and the unweary memories of the blood stream music
with his fingertips.

40. ஆணின் முலைகள்

உன் முலைகளை எனக்குக்
கழற்றிக் கொடுத்துவிட்டதாய்ச் சொன்னாய்
அலைபாயும் அம்முலைகளிடம்
இரு கடல்கள் ஆர்ப்பரிக்கின்றன
கொண்டுவந்து கொடுத்தபோது
ஏந்திக்கொள்ளமுடிந்த
மார்பின் சமவெளியில்
அதுவரையிலான வெறுமையின்
ஏகாந்தப்பாடல்களே இறைந்துகிடந்தன
கொடுத்த முலைகளைக் கேட்டுக் கேட்டுக் கேவி
நீளும் கைகளின் இதழ்களிலே
இதழ்களின் கைகளிலே
நுரை தளும்பும் கடல்கள்
கடல்களில் அகழ்ந்தாராய்ந்து கண்டெடுத்த
இசை முழங்கும் நன்சங்கினை மட்டும்
உன் நெஞ்சுக்குள்ளேயே
பொறித்துக்கொண்டாய் ஏன்

The Breasts of a Male

Translated by Ethiraj Akilan

You told me that you have removed your breasts
and given them to me.
Two oceans ebbtide
at those exhilarated breasts.
In the plains of the chest that could
hold when given,
only the songs of loneliness
lay scattered.
In the longing lips of hands that sob and
repeatedly crave the given breasts,
in the hands of the lips,
seas foam.
But why did you inscribe
the music-roaring conch alone
you had excavated from the deep,
into your heart?

41. நீ அறிந்திருக்க நியாயமில்லை

உனக்குத் தெரியாது
உன் உடலை நான் தான் விளைவித்தேன்
செஞ்ஞாயிறு ஒப்ப
கண்ணாடி முன் நின்று
அப்படியான பிம்பமொன்றினைக்கூட
நீ கண்டிடவே முடியாது
மூவாயிரம் ஆண்டுகளாய் அடைகாத்த
முயக்கங்களின் பயணத்தகிப்புடன்
என் கருப்பை சிவந்து சிவந்தடங்கி
ஒரு குகையின் மொட்டை முகை மீது
அதைச் சிதறவிட்டேன்
மூவாயிரம் ஆண்டு காலநீளக்கயிற்றில்
நடந்தேகிய வித்தையிது
நினைவில் கொள்
என்னில் நீ தோன்றவில்லை
உன்னை நான் நினைவாலே விளைவித்தேன்
நிணத்தாலே செய்வித்தேன்
காலத்தின் பாறையை நினைவு நீர்ச்சுவர்ந்த தடம்
இறக்கி இறக்கித் தோற்றுவித்தேன்
என் மனக்கண்ணாடியில் தனித்துநின்று
முகங்கள் பார்த்துக் கொள்கிறோம்
அங்கே
எனக்கு நானும் நான் அல்ல
உனக்கு நீயும் நீ அல்ல
பின்னணியில் எங்கெங்கும் பெருவெளியெங்கும்
இலைகள் சலசலக்க
நாம் ஒருவரையொருவர் கண்டுகொண்டோம்
காலத்தின் நடைக்கூத்தின் கயிறு
இங்கேயே முடிந்துவிடுமா கேட்காதே

You could not have known

Translated by Ethiraj Akilan

You do not know.
It was I who cultivated your body.
Like the reddish sun.
Standing in front of the mirror.
You wouldn't have ever seen
such an image.
With the heat of the three thousand years of
nicubated lovemaking
My uterus growing red hot and hot and cooling down
I spilled it on the bald bloom of a cave
This was a trapeze
performed on a rope three thousand years long.
Remember.
You did not originate in me.
I brought you up with my memory.
Created you out of my flesh.
I delved and delved deep into to the path
memory had etched on the rock of time.
We look into the mirror
and look at our faces separately.
There
I'm not I
and you aren't you either.
In the entire background, on the vast expanse of space,
we found each other out as the leaves rustled.
But do not ask me
if the rope of the acrobatics of time would end here.

42. இரு பாலை

அவரோ பாலை நிலத்தில்
நானும் ஒரு பாலை நிலம்
இரு கரைகளுக்கு இடையே தளும்பும்
ஒரே இதயமாய்த் துவண்டு மடியும்
பாலை நிலங்களின் தேமல் மொழியுடன்
நெட்டுயிர்க்கும் கடல்

அவரவர் பொருள்வயிற் பிரிக்கும் வானம்
கதவிடுக்கில் சிக்கிய காயத்தின் சிகிச்சை
நினைவுகளின் சாயலுடன் மருத்துவக்குறிப்பு

என்றோ கண்டு செறித்த
கண்களின் விண்மீன் தெறிப்பு
இரவடர்ந்த உறக்கமின்மையின் வெளிச்சத்திரை
எவரையும் நாடா ஆடாப் படிவம்
நினைவருந்தி உயிர்த்து
உடலைச் சூற்கொள்ளும்
உம் நாவிற்கு நெய்ப்புச்சுவையா துவர்ப்பா
ஓதமொன்று அகத்திடைப் பெருகிப்
காலத்தின் பெருந்துறை சேர
கண்களும் அதனோடு கடல் மீளும்

எதிரெதிர்த் திசை நோக்கி நீந்தும்
வான்கோள்கள் மேலே
நம் மடியிரண்டும்
பாலையின் உதிர்மணல்வெளிகள்
ஊன்சுவை மறந்த உடலின் காகித வெளுப்புடன்
படபடக்கிறோம்
செயல் மறக்காத நெற்றித்துடிப்பு
நயனக் கூர்மையில் கண்ணெதிரே குவியும்
ஒளிப்பிம்பத்தை நோக்கிய புன்னகையில்
பகல் நீள்கிறது
வினைமுற்றி மீள்வோம்

Two deserts

Translated by Ethiraj Akilan

He is in a desert.
I too am a desert.
Brimming between two shores,
we wilt and droop as one heart.
The sea would sigh heavily
in the tongue of the desert lands.
And the sky would part us
in accordance with the needs of our livelihood.
The treatment for the wound caught in the door interstice,
a medical note with the tinge of memory.
The starry spark of the eye
that had fortified the sight long ago.
The glittering screen of the sleeplessness of night density.
The unsought form for the ADAP.
Feel refreshed drinking memory
ovulating the body.
Does your tongue taste unctuous or astringent?
A moisture builds up within
to reach the great shore of time.
The eyes too would return to the sea.
Up above are two satellites
gliding past in opposite directions.
Our laps
are the sloughing sandscapes.
We flail with the papery whiteness
of the physique that has forgotten carnal instincts.
The involuntary tingling of the temples.
In the smile that is born on looking at the illuminating image
that converges at the focusing of the sharp eyes
noon lengthens.
Let us get back after the completion of the action

43. காதல் என்பது நட்சத்திரச்சாம்பல்

சரியாக 35000 ஆண்டுகளுக்கு முன்பிருந்து
நாம் ஒருவரையொருவர் தொடர்கிறோம்
நட்சத்திரச்சாம்பலிலிருந்து உயிர்த்தோம்
மானுட இறுக்கங்களைத் தளர்த்த பிறந்தாற்போல்
கலைகளினூடே விடைத்தோம்
எப்பொழுதோ நாம் இரண்டாகப் பிளந்துவிட்டோம்
ஒன்றாக இணைவதற்காய்த் துயிலைக்
கலைத்துக் கலைத்து விழித்தோம்
ஒரு நூற்றாண்டு கூடத் தூங்கவிடாத கண்ணீரை
யார் நம்மீது தெளித்தார் என்று நினைவில்லை
கண்கள் விழித்தால் விரியும் முதல் முகம் உனது
ஒவ்வொரு புல்வெளி நடையும் தீ மிதியும் உனை நோக்கி
அலகால் அழகாய்க் கோதும் பெருவாழ்வாய்
ஒவ்வொரு முறையும் இப்புவியில் ஒரு நடை
ஆற்றலாய் நடந்துவிட்டுப்போகிறோம் துல்லியமாய்
உனதிரு பாதங்கள் என்னிடம்
எனதிரு பாதங்கள் உன்னிடம்
அல்லது இரு பாதங்கள் மட்டும் என்னிடம்

Love is just star ash

Translated by Ethiraj Akilan

Precisely, we follow each other
since 35000 years.

We vivified from the ashes of a star.

We expressed ourselves through the Arts,

as though we would de-stress all the human anxieties.

We had split into two quite long ago.

We woke up , arousing ourselves from sleep again and again,
to unite into one.

We don't remember who it was that sprinkled the tears
which wouldn't allow us to slumber even for a hundred years.

When my eyes wake up, your's is the face first they see.

Each of my lawn-saunters and my ember-trots are made only in your direction.

Like a grand life combed with a beak,
we do walk differently each time on this earth.

We stride with might,
we walk with precision.

Two of your feet with me and
two of mine with you.

Or, only two feet with me."

44. ஒளியின் முகம்

ஆடிக்காற்றில் முதிரா இலையும் உதிரும்
அது ஒரு முதுவேனில் காலம்
புத்தன் நடக்க நடக்க
அவன் பாதம் பதிக்கும் தடம் கீழே
வலி உணரா விதைகள் விதைக்கப்பட்டன
அண்ணலைக் காரணமாக்கி
உரிமையின் கொடியுடன்
பாலையின் கொதிப்பிலும் துடியாய் நடந்தோம்
ஏடு கை வந்தது எழுத்து குரல் தந்தது

அவர்கள் கைகளை வெட்டவில்லை
கால்களை வெட்டவில்லை
எங்கள் வீடுமேல் தானே படர்ந்த
முல்லைக்கொடிகளையோ கூட வெட்டவில்லை
மொழியின் நிலத்துடன் வேரூன்றியிருந்த
எம் தலைகளை வெட்டினர்
அவை தார்ச்சாலைகளில் உருண்டோடின

முன்னூறு ஆண்டுகளுக்கு முன் எம் தலைகள்
மாலைகளாக்கப்பட்டன
பின்னொரு காலத்தில்
அவை மரக்கிளைகளின் முதிர்ந்த காய்களாய்
கட்டித் தொங்கவிடப்பட்டன
கரும்பாண்டியம்மனின் தலை
ஊளையிட்டபடியே ஆற்றோடு சென்று
அரசனுக்கு நீரில் நிலம் வரைந்துகொடுத்தது
இன்று ஜெய்பீம் பாடிய படியே
உருண்டோடுகின்றன கண்முன்னே
நீதியின் ஒளி முகம் அணிந்த தலைகள்

(அண்ணல்: அம்பேத்கர்; ஜெய் பீம்: அம்பேத்கர் கருத்தியல்வாதிகளின் உரிமை முழக்கம் எம். கரும்பாண்டியம்மன்: காணி பழங்குடிமக்கள் தண்ணீர் கேட்டபோது, தலை காவு வாங்கப்பட்டவள்)

FACE OF LIGHT

Translated by Ethiraj Akilan

Even leaves not arid wither in the Aadi wind.
It was the post summer season.
As the Buddha walked on and on,
Below the path his footsteps made
were sown seeds of painlessness.
Guided by our Annal,
holding the flag for our rights,
we marched with verve,
not minding the scorching desert.
Notebooks came to our hands.
Letters gave us voice.

They did not sever our limbs.
Nor did they slaughter our legs.
They did not even cut the rotana creepers
that had climbed by themselves on our rooftops.
They chopped, rather, our heads off,
which were rooted in the land of language.
They rolled them down the tar roads.

Our heads were worn as garlands
three centuries ago.
At a later age,
they were hung like
ripe vegetables on tree branches.
The head of Karumbandiyamman
went along with the river howling
and drew for the king a land on water.
Today, heads roll down
in front of our eyes, singing the anthem, Jai Bheem,
the heads that wear the fluorescent face of justice.

45. கண்ணாடி

அம்மாவின் அம்மா காலத்தில்
ஒற்றைச் சொல்லாய் வடிவெடுத்திருந்த
தன் முகம் பார்க்கக்
கண்ணாடி தேடியலைந்தாள் அம்மம்மா
ஆழக்கிணற்றில் அவள் முகவட்டமே
ஆங்காங்கே உடலெங்கும்
ஒட்டியிருந்த சொற்களும்
ரகசியமான சொற்களும்
பருவந்தோறும் உதிர்ந்த
தன் வீட்டு முற்றத்திலேயே மாண்டுபோனாள்

அம்மாவின் அம்மம்மா
நிலவில் வாழ்வதாக எல்லோரும் சொன்னதால்
முழுநிலவு வளரக் காத்திருந்து
நிலவில் கிழவியின் முகம் பார்த்துக் கற்றாள்
தன் சொற்களையெல்லாம் என் அம்மா
நாவில் வளர்ந்து தெறித்த சொற்களைச்
சமையலாய்ப்
பொறித்து, வறுத்து, அரைத்துச் சேர்த்தாள்
சுவையென்பதே சொற்கள் அவளுக்கு

இன்று என் உடல் முழுவதும் சொற்கள்
ஆளுயரக்கண்ணாடி மாட்டிய சுவரின் முன்
நான் தோன்றித் தோன்றி
சொற்கள் வெடிக்கும் உடலாய்
ஒவ்வொரு நாளும்
என்னை நானே படைத்துக்கொள்கிறேன்

Mirror

Translated by Ethiraj Akilan

In the times of my mother's mother,
to have a look at her face
that had shaped like a single word,
my mom's mom was looking for a mirror.
In the deep well could she see
only the roundness of her face.
She died in the courtyard
that had withered every season,
the words
and the codes,
which had stuck, here and there,
all over her body.
Since they said that
my mom's grand ma
lived in the moon,
my mom waited for the full moon to grow
and learned,
looking at the old woman's face in the moon,
all her words.
She cooked,
fried, roasted, and ground and mixed
the words that grew on her tongue and sprayed.

Words are her taste.
Today, words are all over my body.
In front of the wall where hangs a life size mirror
I appear again and again
and create me as a body
where words blossom every day.

46. சில்வியாவின் தற்கொலை

இறுதியாக, உயிர்பெற்ற தன் படிமங்களுக்கு இடையே தலையைக் கொடுத்துத்தான் சில்வியா ப்ளாத் தற்கொலை செய்தாள் என்று கண்டுகொண்டேன். கேஸ் அடுப்பில் அவள் தலை வைத்தபொழுது, உண்மையில் அவள் எழுதிய படிமங்கள் எல்லாம் உண்மைகளால் சுடும் நாக்குகளாய் எழும்பியிருந்தன.

காதலும் கவிதையும் அற்ற சுருட்டைமுடிப் பெண்ணொருத்தி நிறைய பூனைகளை அவள் தலையில் வளர்த்து வந்ததையும், சில்வியாவின் காதலன் அந்தப் பூனைகளின் சர்க்கஸ்காரியிடம் அடிமையாகிக் கிடந்ததையும் கண்டபொழுது, அவள் எழுதிய படிமங்களின் கையாலாகாத் தன்மையை நோக்கினாள். இதற்குள் படிமங்கள், உயிர் பெற்றிருந்த சிக்கலும் நிகழ்ந்திருந்தது. அவள் கை நிறைய படிமங்கள். செவுள் அசைத்த காதற்படிமங்கள் மட்டுமே இருந்தன. பூனைகள் இல்லை.

ஜன்னல் வழியே சிறகடித்துச் சென்ற ஆயிரம் வருடக் காதலை, அவள் கை நீட்டிப் பிடிக்கும் முன், மீன்தொட்டி மாடியிலிருந்து நழுவி மண்ணை மோதியது. துயரின் இடியும் செவுள் மூடிய மீன்களும். கண்ணிமைக்கும் கணத்தில் படிமங்கள் பூதாகரமாய்ப் பெருகி நெருக்கடியைக் கொடுக்கத் தொடங்கியிருந்தன. சொற்களால் இடைவெளி இல்லாத காலத்தைச் செய்து கொண்டே இருந்தவள், தன் தலையைக் கதிர்வீசும் ஒரு சூரியப்படிமமாய் ஆக்கும் இச்சையில் கேஸ் அடுப்பை நெருங்கினாள்.

அவள் தற்கொலைக்குக் காரணம், அவளின் படிமங்கள் உயிர்கொண்டது தான்.

Silvia's Suicide

Translated by Ethiraj Akilan

Finally, I learnt that Sylvia Plath killed herself sticking her head into her own images. When she thrust her head into the gas oven, all the images she had penned had risen like venomous tongues against her.
On seeing that her lover had submitted himself a slave under that circus girl, the wavy-haired girl who had no love or poetry but had only cats grown on her head, Silvia looked at the helplessness of the images she had penned. And
by this time the images had come to life to complicate matters. Her hands were full of images. She had only love images which pulsated like the gills of fish. No cats in them.
Before she could stretch her hands out to catch hold of the hundred decades of
love that fluttered through the window, the fish tank slipped from upstairs and dashed against the ground. The thunder of grief struck and the gills of fish
had stopped pulsating. And even before the eyes could wink, like ghosts images proliferated and caused a crisis. She who had been creating with words time that knew no interval, went to the gas oven in her lust to make her
head an image of a ray-emanating sun.
Just because her images had come to life Silvia committed suicide.

47. அவள் ஒரு பெருங்கானகம்

மரங்கள் கிளைத்த பெருவெளியை வானமாகக் கொண்ட
அவள் ஒரு பெருங்கானகம்
தேனீக்கள் மொய்க்கும் இரைச்சலில் அடைந்தொழுகும்
மதுக்கலயத்தின் மலைமுகடுகள்

அடங்காக் காதலின் பேரருவி அலையென வந்து வீழ
மண்பரப்பில் படர்ந்து கிடக்கும் பசியகொடி
உடலின் படம் திமிர்ந்தெழும் சீரிய பாம்பின் பொலிவு
ஓயாமல் எழுதிக் கலையும் ஒளிக்கோலம்

அவள் தவிப்புகள் வேரேன பாய்ச்சல் எடுத்து
பூமியின் நீரோட்டம் அறியும்
பச்சிலைகள் பட்டாம்பூச்சிச்சிறகுகளுடன்
படபடக்கும்
ஒரு பேரருவியின் கருணையைச் சேலை இழுத்து வந்து
நிலம் சேர்க்கும் கடல் தேடிப் போகும்

நீவிர் பெண்ணென்று அழைக்கும் அவளுடைய
அத்தனை சொற்களும் பலிக்கும் மாமழையென
அணையாத நெருப்புடைய எந்த ஒற்றைச் சொல்லும்
உம்மைச் சபித்துச் சாம்பலாக்கும்

ஏனெனில் அவளிடம் மட்டுமே
கனியின் விதை பிளந்து
உள்ளே உறங்கும் மரத்தை விழித்தெழச்செய்யும்
பருவங்கள் அடர்ந்த யோனியென்று ஒன்று உண்டு

அணையாத நெருப்புடைய எந்த ஒற்றைச் சொல்லும்
உம்மைச் சபித்துச் சாம்பலாக்கும்
ஏனெனில் அவளிடமே யோனியென்று ஒன்று உண்டு

She is a wild jungle

Translated by Ethiraj Akilan

She is:
a wild jungle of trees branching off to be its firmament;
mountain peaks of liquor pots oozing out
at the mere buzzing of honey bees;
the tender creeper spread out on the expanse of soil
where insatiable love's stream flows with huge tides;
the grandeur of snake that spreads the hood of its body out;
the patterns of light rays drawn endlessly and wiped off then and there.
Her thirsts leap like roots that reach out the water current of the earth.
Green shoots would flutter with butterfly wings;
The saree would bring the grace of a great river
and go in search of the sea that connects the land.
All words of her whom you call a woman
would come true like a torrential rain.
Any fiery word that remains not put out
would curse you to ash.
All because only in her is a vagina dense with seasons
to explode the seed and wake the sleeping tree inside
Any of her fiery word that has not been put out
would curse you to ash.
Because only she has a vagina.

48. ஆம், ஆம் மும்முலைப்பெண்கள் யாம்

என் அம்மம்மாக்களின் அம்மா
தன் யோனியைத் தாழியாக்கி வைத்திருந்தாள்
அவளுடைய பேத்தியோ
அதை நெற்குதிராக்கிக் களஞ்சியமாக்கினாள்
அரும் விதைகள் ஆக்கிப் பெருங்கானகமாக்கினாள்
அவளுடைய மகளும் மகள்களின் மகள்களும்
கடலாக்கும் கலை கற்றிருந்தார்கள்
அலையடங்கா வெளியில்
பாறைகள் போல் திமிர்ந்து கிடந்தார்கள்
தாழிகளின் வாயில் உம் காதை வைத்தால்
நூறாண்டு கடலின் பாடல் கேட்கும்
எரியும் இதய ரகசியங்களை ஓடும் நதியாக்கி
வானில் பாயவிட்டார்கள்
விண்வெளியில் மீன்கள் நீந்தும் பரவசவெளியில்
நதி நில்லாது ஓடிக்கொண்டே இருந்தது
என் தாயின் தாய்
அதில் மஞ்சள் சூரியகாந்தியைப் பூக்கச் செய்தாள்
பூவின் இதழ்கள் சூரியனை
பூமிக்கு அனுப்பின
நான் அதைக் கையிறுக்கி
என் உடலுக்குள் செலுத்தினேன்
களிகூட்டும் பெரும்குகையாக்கினேன்
எத்தனை நிலவுகள் தோன்றின அறியேன்
நீர்ப்பரவச அருவியின் நீர்க்கால்களுடன்
பசுங்கொடிகள் வீழும் நடையொழுக்கு செய்தேன்
அந்நியர் நுழையா அச்சம் ஒலித்தேன்
குகை விரிந்தது பெரிதானது வெளிச்சம் சூல்
வெண்வெளியானது
அங்கே ஆமைகள் காலத்தை இழுத்துக்கொண்டு நகர்ந்தன
நான் யோனியை மண்ணில் புதைக்கையில்
அதிலிருந்து இன்னோர் ஆமை எழுந்து நகர்ந்து
மலை ஏறும் நாளில்
என் யோனி அம்மம்மாக்களின் அம்மாக்களும்
சந்தித்துக் கிசுகிசுக்கும் கானகவெளியாகும்.

We are women with three breasts!

Translated by Ethiraj Akilan

My ammammaa's mum
Had made her vagina a huge urn.
And her granddaughter had made it a granary of paddy.
With potent seeds she grew a great forest.
Her daughter and daughter's daughters
Had learnt the art of creating a sea.
They remained buxom like rocks in an endless tidal space.
When you place your ear on the mouths of the urns
You might hear the hundred-year-sea's song.
They made a stream of the secrets of burning hearts
and let it flow in the sky.
In the blissful space of the firmament where stars swam
the stream ran non-stop.
My mum's mum made a sunflower blossom in the stream.
The flower's petals sent the sun to the earth.
I squeezed the sun and got him into my body.
I converted him into a huge cave of proliferating revelry.
How many moons arose I do not know.
With the water-feet of the water-ecstatic waterfall
I trained to walk like a hanging creeper.
I sounded an alarm of a no-alien entry

The cave expanded and grew big,
and became a space of illuminated whiteness.
There turtles pulled the time and moved along.
When time ripens to bury my vagina in the earth,
another turtle would get up to climb the mountain.
And that day, my vagina would turn into a sylvan space
Where even my ammamma's mums could assemble
and whisper their gossip.

(Ammammma - Mother's mother in Tamil.)

49. கடலை விட அகண்டவள்

கடலுக்கு முன் அமர்கையில் தான்
கண்டறிந்தேன் கடலை விட அகண்டவள் நான் என்று
பேசித்தீராத அந்த அலைகள் என்னை மோத மோத
பேச்சற்ற பாறையானேன்
அக உலகின் மர்மங்களை ஏற்கவியலாத மனிதர்களைச்
சடலங்களாய்க் கரையில் துப்புகிறது கடல்
உறக்கமற்ற முழு இரவின் பின்பான களைப்பில்
நீரில் மூழ்கிய மலைச்சிகரங்களின் உச்சிமோதி
உடையும் படகுகள் நீந்தாமல் மிதக்கின்றன
பிறக்கிறது புதிய நம்பிக்கை
சூரியன் மீண்டும் உதயமாகிறான்
கடலை விட நான் அகண்டவள்
கிழிந்த என் தனிமையை
தைத்த உருவமாகிறது கடல்
என்றாலும் நான் கடலை விட அகண்டவள்

Wider than the Sea

Translated by Ethiraj Akilan

Sitting on the shores of the sea,
I found out how wider I was than the sea itself.
As the waves dashed against me with their inexhaustible chatter,
I metamorphosed into a speechless rock.
The sea spits those unable to apprehend
the mysteries of the subconscious
As corpses on the shore.
In the weariness caused by a whole sleepless night
The boats that crash on hitting
The peaks of mountains submerged in the water
Float instead of swimming.
Hope is born anew.
The sun rises again.
I am much wider than the sea.
Sea becomes the image that
Sewed (sode) my loneliness.
Yet, I am much wider than the sea.

50. ஆண் < பெண்

அவனை நீ காலத்தின் நிழல் போலத்
தொடர்கிறாய்
அல்லது மரணத்தின் பாம்பு போல
உடலுக்குள் புகுந்த இசை தந்த ஆட்டம் போல
உன் பேதலிப்பு
உள்ளப்பித்தம் மயிர்க்கூச்செறியும் சாகசமாய்
நீ தொடர்கிறாய்
அவனையே தொடர்கிறாய்
கண்களில் புற்கள் முளைக்கக்
காவல் காக்கிறாய் அவன் விழிகளை
நிலவுகளைத் துரத்தித் துரத்தி
விரதமிருக்கிறாய்
மகிழ்ச்சி புன்னகை வேதனை கண்ணீர் துயரம்
எல்லாமே பேதங்களற்ற உணர்வுகள் உனக்கு
அவனை உன் உடலுக்குள் செலுத்தும்
வேட்கையை ஒரு வேட்டையாகத் தான்
நீ செய்துகொள்கிறாய்
இந்த வனத்தின் எல்லையை
அவன் தாண்டிப் போக இயலாது
என்பதை நீ அறிவாய்
அவனையே தொடர்கிறாய்
வேட்டை மிருகத்தைப் போல

Male < Female

Translated by Ethiraj Akilan

You pursue him like the shadow of time.
Or like the serpent of death.
Like the dance prompted by the music gone into your body.
You pursue him
in bewilderment and insanity.
You pursue him
as a hair-raising adventure.
You remain stationed till your eyes grow grass
and guard his paths.
Hounding all the moons,
you observe fasting.
Bliss, smile, sadness, tears, grief,
All remain indifferent feelings in you.
Your craving to get him into your body -
you always perform it like hunting.
You know he cannot cross the borders of this forest
You pursue him and him alone
like a hunting animal.

www.ingramcontent.com/pod-product-compliance
Lightning Source LLC
Chambersburg PA
CBHW020240250926
51848CB00007BA/495
* 9 7 8 9 3 4 8 4 3 9 9 8 7 *